నాన్న ఎందుకో వెనకబడ్డాడు

కవితలు

నువ్వు తలెత్తి చూసినా
చూడకపోయినా....
నీ కోసం కొండెక్కి వెలుతురు చల్లి
నీ గుర్తింపు కోసం ఎదురు చూడకుండా
ఎక్కడో... నీ నీడై రాలిపోతాడు
నాన్న సూరీడు!!!

– ప్రకాశ్ నాయుడు పనసకర్ల

ALL RIGHTS RESERVED

All rights reserved. No part of this publication may be reproduced, stored in or introduced into a retrieval system, or transmitted, in any form by any means may it be electronically, mechanical, optical, chemical, manual, photocopying, or recording without prior written permission of the Publisher/ Author.

Naanna Enduko Venakabaddaadu
Poetry by
Prakash Naidu Panasakarla
Ph: +91 93463 65618
E-mail: panasakarlaa@gmail.com

Copy Right:
Prakash Naidu Panasakarla

Cover Page: Mouni Srinivas

Published By: Kasturi Vijayam
Published on: Feb-2024

ISBN (Paperback): 978-81-966116-0-6
ISBN (E-Book) : 978-81-966116-6-8

Print On Demand

Ph:0091-9515054998
Email: Kasturivijayam@gmail.com

Book Available
@
Amazon, flipkart

గురువుగారు

కీ॥శే॥ శ్రీ తుమ్మిడి నాగభూషణం గారు

సహస్రాబ్ది సాహితీ అవార్డు గ్రహీత
తొలినాళ్ళ నానీల కవి

మీరు చూపించిన ప్రేమ

ఇప్పుడొక జ్ఞాపకం

ఎప్పటికీ నిజం!!

నమస్సులతో...

iv

నా 'నాన్న'ను తన నెత్తిన మోసి
ఆకాశానికి ఎత్తిన శివుడు
శ్రీ తనికెళ్ళ భరణి గారి
పాదాలకు నమస్కరిస్తూ...

అంకితం

శ్రీ పనసకర్ల అప్పారావు
శ్రీమతి వెంకటలక్ష్మీ నాగ దుర్గ సావిత్రి

ప్రేమను చూపించడం తెలియని నాన్నకు
ప్రేమను దాచుకోవడం తెలియని అమ్మకు
ప్రేమతో...

శీర్షాసనం లో శివుడు

మా ఊరి గురించి చెప్పినప్పుడు ముఖ్యంగా ఒక విషయం ఖచ్చితంగా చెప్పాలి. అది మా ఊరిలో కొలువున్న శ్రీ పార్వతీ సమేత శ్రీ శక్తీశ్వర స్వామి వారి ఆలయం గురించి! మా ఊరి పేరు యనమదుర్రు. పురాణాల ప్రకారం "యమునాపురం". ఇక్కడ శంబరుడు అనే రాక్షసుడు మునులు తపస్సును భగ్నం చేయడంతో వారు సమవర్తి (యముడు) దగ్గరకు వెళ్లి కాపాడమని మొర పెట్టుకున్నారు. అయితే యముడు శంబరుని చేతిలో ఓటమిపాలై అవమాన భారంతో శివుని కొరకు ఇక్కడే ఘోర తపస్సు చేశాడు అని ప్రతీతి. కానీ శివుడు యోగ నిష్ట లో ఉండడం వల్ల పార్వతీమాత యముణ్ణి అనుగ్రహించి శంబరుని వధించే శక్తిని ఇచ్చింది. శంబర వధ అనంతరం తన విజయానికి గుర్తుగా ఈ ప్రదేశానికి యముడు **"యమపురి"** అని నామకరణం చేశాడు. కాలక్రమేణా అదే **యమునాపురం** గాను, ఇప్పుడు **యనమదుర్రు** గాను ప్రసిద్ధి చెందింది. మహాకవి కాళిదాసు రచించిన కుమారసంభవంలో శ్రీ శక్తీశ్వరుని ప్రసక్తి ప్రశస్తులు ఉటంకించారు.

భోజరాజు ఈ ప్రాంతాన్ని సందర్శించి స్వామి వారిని పూజించినట్లు కుమార సంభవంలోని 115వ అధ్యాయం 13 వ సర్గంలో స్పష్టంగా రాసి ఉంది. అంతేకాదు ఎక్కడ శివాలయ అవశేషాలు బయటపడినా అక్కడ శివుడు లింగ రూపంలోనే సాక్షాత్కరిస్తుంటాడు. కానీ మా ఊరిలో ఉన్న శక్తీశ్వరాలయం లో మాత్రం పూర్తి సాకారుడై దర్శనం ఇస్తాడు. ఇక్కడ శివుడు శీర్షాసనంలో తపం ఆచరించే భంగిమలో మనకు దర్శనం ఇస్తాడు. పంచారామ క్షేత్రాల కన్నా ఈ శక్తీశ్వరాలయం పురాతనమైనదని ఆర్కియాలజిస్టులు సైతం చెప్పడాన్ని బట్టి చూస్తే ఈ ఆలయం యొక్క ఘనత తెలుస్తుంది. ఈ ఆలయం ముంగిట ఉన్న శక్తి కుండం (చెరువు)లోని నీటితో స్నానం చేసిన వారికి అప మృత్యు భయం ఉండదని అకాల వ్యాధులు రావని ప్రతీతి!

శక్తి కుండం లోని నీటిని మంచినీటితో కలిపి తీసుకోవడం వల్ల, దీర్ఘకాలిక రోగాలు మటుమాయం అవుతాయని శంబరుని వధ అనంతరం అమ్మవారు యమునికి వరం ఇచ్చిందని ఆ వరం నేటికీ దివ్య ఔషధంగా పనిచేస్తుందని భక్తులు చెప్పుకుంటారు. ఇంకా మరెన్నో మహిమలు కలిగిన **యనమదుర్రు** గ్రామంలోని శ్రీ పార్వతీ సమేత శ్రీ శక్తీశ్వరాలయాన్ని ఒక్కసారైనా తప్పక సందర్శించి అభిషేక పూజాదికాలు నిర్వహించి తరించవలసిందిగా భక్తులను కోరుకుంటున్నాను.

ఈ అవకాశం నాకు కల్పించిన ఆ స్వామివారి పాదాలకు నమస్కరిస్తున్నాను.

నాన్న మరింత ఎదిగాడు!

ఒక్క కవితతో 'జగత్ప్రసిద్ధుడై' పోయిన పనసకర్ల ప్రకాశ్ నాయుడు – కొత్త కవితా సంకలనం "నాన్న ఎందుకో వెనకబడ్డాడు". ఇవాళ ఇంటర్నెట్ పుణ్యమా అని... ఎక్కడ ఏ సంఘటన జరిగినా ప్రపంచం అంతా తెలిసిపోతోంది... 'నాన్న' విషయంలోనూ అదే జరిగింది... జరగాల్సిన అవసరమూ ఉంది.!

క్రేన్ వక్క పొడి దుర్గా ప్రసాద్ గారు ఏర్పాటు చేసిన 'నాన్న' పుస్తకావిష్కరణ సభలో చినజీయర్ స్వామివారి సమక్షంలో ప్రకాశ్ నాయుడి కవిత చదవడంతో... అది ఖండాంతరాలు దాటింది...

– అయితే చాలా మంది అది నేను రాశాననుకుని పొరబడ్డారు! కాదు – రాసింది... ప్రకాశ్ నాయుడు అని మర్నాడు మీడియా ముందు అతన్ని సత్కరించాను... ఇదంతా గతం... ఇప్పుడు... జనంలో బాగా నలిగిన 'నాన్న' శీర్షికతో ఈ కొత్త కవితా సంకలనం...సాధారణంగా ఒక కవితా సంకలనంలో కొన్ని కవితలు బాగుండడం... లేదా కొన్ని కవితలు 'ఫర్వాలేదు' అనే స్థాయిలో ఉండడం... మనం చూస్తుంటాం...

కానీ ఈ కవితా సంకలనంలో... ప్రతి కవితా... మళ్ళీ చెప్తున్నా... ప్రతీ కవితలోనూ... ఏదో ఆర్తి, ఏదో ఆవేదన, ఏదో మెరుపు, ఏదో చమత్కారం... ఏ కవితనీ తీసిపారేయడానికి వీల్లేని విధంగా రాశాడు... కొన్ని ఆశ్చర్యాన్ని కలిగించాయి... ఇంత బాగా ఎలా రాయగలిగాడా అని!.. ఈ దశాబ్దంలో నేను చదివిన కొన్ని కవితా సంకలనాల్లో ఖచ్చితంగా ఇదొకటి! దీనికి ముందు మాట రాసే అవకాశం రావడం ఒక 'యోగం' గా భావిస్తూ...

శివోహం

(తనికెళ్ళ భరణి)

సినీ రచయిత, నటుడు, దర్శకుడు

Dr. N. Gopi
M.A. (Telugu) Ph.D
Former Vice Chancellor
P.S. Telugu University
Hyderabad

ఆర్ద్ర భావుకుడు

పనసకర్ల ప్రకాశ్, ఒక స్వాప్నికుడు, పుష్కర కాలం క్రితం హృదయం చేత పట్టుకుని హైదరాబాదుకు వచ్చాడు. నానీల కవులు తుమ్మిడి నాగభూషణం, త్సవటపల్లి సాయి వెంకన్నబాబుల ఆత్మీయ సాహచర్యంలో కవిత్వంలోకి ప్రవేశించాడు. గోదారి కెరటాలు, మొగలి చెరువు అని రెండు విలువైన నానీ సంపుటాలు ప్రచురించాడు. ఇప్పుడీ వచన కవితల సమాహారం. 'నాన్న ఎందుకో వెనకబడ్డాడు' అనేది శీర్షికా కవిత.

అమ్మ తొమ్మిది నెలలు మోస్తే
నాన్న పాతికేళ్ళు
రెండూ..సమానమే అయినా
నాన్న ఎందుకో వెనకబడ్డాడు

అంటూ మొదలయ్యే ఈ బరువైన కవితను చివరిదాకా ఊపిరి బిగపట్టుకుని చదవక తప్పదు. అమ్మ మమతల వెలుగులో నాన్న వెనుకబడ్డాడని తాత్పర్యం. వెన్నెముక వెనక ఉంటుంది కాబట్టి అది వెనకబడ్డట్టు కనిపిస్తుందని తండ్రి బాధ్యతను పరోక్షంగా కీర్తిస్తూ ఒక గొప్ప చరుపు (punch)తో ముగిస్తాడు. ఈ కవితకు మంచి పేరు వచ్చింది. అలాగే అమ్మ గురించి 'అమ్మకేమీ తెలీదు' అనే కవిత, 'నిజమే అమ్మకేమీ తెలీదు / ఆడదై పుట్టినందుకు / నీకు అన్నీ అమర్చి పెట్టడం తప్ప / అమ్మకేమీ తెలీదు. ఇది కూడా నాన్న లాంటి కవితే, అలానే బామ్మ, మనవడు లాంటి కవితలు గుండెను పట్టేస్తాయి. ప్రకాశ్ మనసు ఒక అనుబంధాల పేటిక, ప్రేమల వాటిక. జిలేబీని ముట్టుకుంటే రసం అంటినట్టు ఏ కవితను తడిమినా అదొక తీపి సముద్రం.

"పచ్చ నోట్లు సంపాదించే నాకు" 'వాడేం మనిషి' లాంటి కవితలు అబ్బా అనిపిస్తాయి. ఉదహరించదలిస్తే మూడు వంతుల కవితలు ఉటంకించాలి. ఇంతకు ముందే అన్నట్టుగా చాలా కవితల్లో చరుపుల జడివాన. బహుశా అది నానీల ప్రభావం కావచ్చు. పెద్ద కవితల్లో కూడా ప్రకాశ్ కు సాధ్యమైంది. కవితాత్మకత, మానవత, దేశీయత ముప్పేటగా అల్లుకపోయిన కవితలివి. స్వతహాగా ప్రకాశ్ నాయుడు బహు మృదుస్వభావి. స్నేహశీలి. ఒక్కసారి అతన్ని కలిస్తే మరిచిపోవడం కష్టం. ప్రస్తుతం తెలుగు సినిమా రంగంలో జీవన కోణాలను అన్వేషిస్తున్నాడు. కవిత్వంలో లాగా అక్కడ కూడా భావ సిద్ధిని పొందాలని, విజయాలు సాధ్యం కావాలని ఆకాంక్షిస్తూ ఆశీర్వదిస్తున్నాను.

డా|| ఎన్. గోపి

నాన్నకు కొత్త భాష్యం

అంతర్మథనంలో ఆవిర్భవించిన అక్షరాలను బాహ్య లోకానికి నిజాయితీ గా, పద సౌందర్య లేపనంతో కవితలుగా వెదజల్లుతారు. ఇది ఈ కవితా సంకలనం చూసినపుడు నిస్సందేహంగా నాకు కలిగిన భావం!

ఈ సంకలనంలో "నాన్న ఎందుకో వెనకబడ్డాడు" అన్న కవిత నాన్నకు కొత్త భాష్యం చెప్పే కవిత. ఈ కవిత వివిధ భాషలలోనికి అనువదించబడడం ఈ కవిత గొప్పదనం. ఇలా అనడానికి ప్రముఖ కారణం... ఈ కోణంలో ఆలోచించిన నాన్న గురించిన కవిత ఇంతవరకూ రాలేదేమో.!

ఇక ప్రముఖంగా ఈ కవితను ఇక్కడ ప్రస్తావించడానికి కారణం కన్నడ భాషలోనికి నేను కూడా ఈ కవితను అనువాదం చేయడంవల్ల. నేను కూడా అని ఎందుకు అంటున్నానంటే ఈ కవితను కన్నడ, తెలుగు రెండు భాషల పరిచయం వున్న వారెందరో ఆసక్తిగా ఇష్టపడి కన్నడ భాషలోనికి అనువదించడం, అలానే అది వైరల్ కావడం నేను గమనించాను. అయితే కొంతమంది కవిత ఆఖరి వాక్యాలను అసలు కవితలో ఉన్నట్లుగా కాక కొంత మార్చి రాయడం గమనించి కవి అనుమతితో ఆ కవితలోని భావాన్ని వీలయినంతవరకు యథాతథంగా ప్రకటించడానికి ప్రయత్నించి అనువాదం చేసాను. కన్నడ భాషలో ఈ కవితను చదివి, కవిత గొప్పదనాన్ని అనుభవించిన చదువరుల మెప్పు అనువాదకురాలిగా నాకు సంతోషాన్ని కలిగించింది.

నా వరకూ నాకు నాన్న గొప్పతనం నన్ను ఇలా ఆలోచించేలా చేస్తుంది. నడిచే చెట్టును ఎపుడైనా ఎక్కడైనా ఎవరైనా చూశారా?! చూడకపోతే నాన్నని చూడండి అని చెప్పేలా! చెట్టు మనిషిలా నడవలేదు, మాట్లాడలేదు అలానే ఆలోచించనూ లేదు. అయితే మనిషి మనుగడకు నిస్వార్థంగా తనను తాను సంపూర్ణంగా అర్పించుకుంటుంది. నాన్న కూడా అంతే...!

నాన్నంటే...

"ఎండా వాన గాలికి మొలకెత్తి

ఉద్యోగంలో ఎదుగుతూ

నిత్యావసరాలకు చిగురిస్తూ

పిల్లల ఎదుగుదలకి

కొమ్మ రెమ్మలను జాచి

స్వార్థం మరచి పరమార్థానికి

భాష్యం చెప్పే నడయాడే చెట్టు" అని అనిపిస్తుంది.

పనసకర్ల గారు కూడా 'నాన్న ఎందుకో వెనకబడ్డాడు అంటూనే... నాన్న నిస్వార్థ తత్వం, త్యాగం, ప్రేమ, శ్రమని సంసారంలో మమేకం అవుతూ అందులో సార్థకతని కనే పరిపూర్ణ వ్యక్తిత్వం గల వ్యక్తిలా .. తల ఎత్తి చూసే ఎత్తులకు ఎత్తుకెళ్ళి నిలుపుతారు. తనను తాను పట్టించుకోవడం రాని నాన్న ఎందుకో పిల్లలకూ పట్టనంత వెనకబడ్డాడు" అని వాపోతూ...

ఇంత నిస్వార్థ జీవి అయినా

నాన్న వెనకబడి పోవడానికి కారణం ఒక్కటే

ఆయన మా అందరికీ

వెన్నెముక కావడం!" అంటూ...

ఆర్తి నిండిన, ఆత్మీయతానురాగాలు పండిన చదువరుల హృదయాలకు ఆర్ధతనద్దే పదాలతో ఒక తీర్మానానికి రావడం ఈ కవితకు కవి ఇచ్చిన గొప్ప ముగింపు! ఇలాంటి వస్తు మరియు భావ వైవిధ్యం గల కవితల సమాహారం ఈ సంకలనం. మొత్తానికి ఉన్నతాదర్శాల బింబాలను వాస్తవిక దర్పణంలో బింబిస్తూ... ఆలోచించేలా.... జిజ్ఞాసను పెంచేలా... చదవాలనిపించేలా చదివించే కవితలనడం సమంజసమనిపిస్తుంది.

శుభాభినందనలతో...

రోహిణిసత్య

(రోహిణిసత్య)

కవయిత్రి, అనువాదకురాలు

బెంగుళూరు

అందరికీ నమస్కారం!

నేను ఈరోజు ఇలా మీ ముందు నిలబడ్డాను అంటే కారణం నా వెనుక నిలబడిన ఎంతో మంది. ముఖ్యంగా నా జీవితంలో ప్రతి క్షణం నన్ను వెన్నంటి ఉన్న వారి గురించి చెప్పుకోదగ్గ గొప్ప సందర్భం ఇది. ముందుగా నా తల్లిదండ్రులు **శ్రీ పనసకర్ల అప్పారావు గారు**, **శ్రీమతి పద్మ** గార్ల పాదాలకు నమస్కరిస్తున్నాను.

నన్ను ఎంతగానో ప్రోత్సహించి నా ఈ స్థాయికి పునాది వేసిన నా గురువు కీ॥శే॥ **శ్రీ తుమ్మిడి నాగభూషణం** గారికి, వారి ధర్మపత్ని **శ్రీమతి సూర్యకుమారి** గారికి, వారి కుమారులు **తాతాజీ, రాజా, చిన్ని, బాలు** మరియు వారి కుటుంబ సభ్యులందరికీ ఈ సందర్భంగా నా నమస్కారాలు.

ఇది నా మూడవ పుస్తకం. ఈ పుస్తకాలన్నీ బయటకు రావడానికి కారణం **శ్రీ నరహరిశెట్టి నాగేశ్వరరావు** గారు. నాకు ఉన్న గొప్ప స్నేహితులు వీరు. అలాగే వారి ధర్మపత్ని **శ్రీమతి ధనలక్ష్మి** గారికి నా నమస్సులు.

అలాగే మొదటి తరం నానీల రచయిత **శ్రీ త్సవటపల్లి సాయి వెంకన్న బాబు** గారు నాకు అత్యంత ఆత్మీయులు, గురు సమానులు. వారికి నా హృదయ పూర్వక నమస్కారాలు. అదేవిధంగా మా నాన్నగారి గురువు గారు **శ్రీ దాయన వెంకట సురేష్ చంద్రజీ** (రిటైర్డ్ ప్రిన్సిపాల్, కె.జి.ఆర్.ఎల్. డిగ్రీ కాలేజీ, భీమవరం) వారికి నేను ఆత్మీయుడని కావడం, వారి ప్రోత్సాహం మరియు ఆశీస్సులు నాకు లభించడం నా అదృష్టం. వారికి నా హృదయపూర్వక నమస్కారాలు.

ఈ కవిత ప్రముఖ ఆధ్యాత్మికవేత్త **శ్రీశ్రీశ్రీ త్రిదండి చిన్నజీయర్ స్వామి** వారి సమక్షంలో **శ్రీ తనికెళ్ళ భరణి** గారు ఆలపించడం – నాకెంతో ఇష్టమైన శివకేశవుల ఆశీస్సులు నాకు అందినట్టుగా భావిస్తూ వారి పాదాలకు నమస్కరిస్తున్నాను.

అలాగే నా మొదటి నానీల పుస్తకం నుండి నాకు సాహితీ లోకంలో అండగా నిలబడి నన్ను ఎంతగానో ప్రేమించి ప్రోత్సహించిన గొప్ప వ్యక్తి, నేను నాన్నగారు అని ప్రేమగా పిలుచుకునే **ఆచార్య ఎన్. గోపి** గారు, వారి సతీమణి **శ్రీమతి అరుణమ్మ** గార్లకు నమస్కరిస్తున్నాను. ఇక నన్ను తమ సొంత బిడ్డలా ఆదరించిన ప్రముఖ రచయిత్రి, కవయిత్రి **శ్రీమతి చిల్లర భవానీదేవి** దంపతులకు ఈ సందర్భంగా వినమ్రంగా నమస్కరిస్తున్నాను. నా నాన్న ఎందుకో వెకనబడ్డాడు' కవితను కన్నడంలోకి

xv

అనువదించిన ప్రముఖ కవయిత్రి **రోహిణి సత్య** గారికి, ఆంగ్లానువాదం చేసిన **శ్రీ తపస్వి** గారికి, ప్రముఖ రచయిత **శ్రీ కొచ్చెర్లకోట ఎస్.వి. నరసింహరావు** గారికి, నా సాహితీ ప్రయాణపు తొలినాళ్ళలో నా కవితలు ముద్రించి నన్ను ఎంతగానో ప్రోత్సహించిన భీమవరం సాయంకాల దినపత్రిక ఎడిటర్ **శ్రీ జూలూరి వేంకటేశ్వరరావు** గారికి ధన్యవాదాలు.

అదే విధంగా నన్ను వారి ఆఫీస్ కి పిలిపించి ఎంతో ఆప్యాయంగా అమూల్యమైన తమ సమయాన్ని నా కోసం వెచ్చించి మాట్లాడిన ప్రముఖ నిర్మాత **శ్రీ శ్యామ్ ప్రసాద్ రెడ్డి** గారికి ఈ సందర్భంగా నా ప్రత్యేక కృతజ్ఞతలు, నమస్కారాలు. నాకు అత్యంత ఆత్మీయులు, ప్రముఖ నటులు **శ్రీ ఎల్.బి. శ్రీరామ్** గారికి, ప్రముఖ సినీ గేయ రచయిత **కాసర్ల శ్యామ్** అన్నకు, అలాగే ప్రముఖ సామాజికవేత్త, ఆప్తులు **డా. గాండ్ల గణేష్ బాబు** గారికి నా ప్రత్యేక ధన్యవాదములు.

ఇక బాల్యం నుంచి నా కష్టసుఖాల్లో తోడుగా వెన్నంటి ఉన్న నా ప్రాణ స్నేహితుడు **నాని పర్రిపాటికి**, పరిచయమైన దగ్గర నుంచి నన్ను అన్ని విధాలా ప్రోత్సహిస్తున్న స్నేహశీలి, సౌమ్యుడు **రంగనాథ్ రెడ్డి గువ్వల** (స్పెషల్ మూవీ హీరో) కి, బావ అంటూ ఆప్యాయంగా పిలిచే స్నేహితులు **రహీమ్** కు, **మందరపు బాబీ చిన్నా**కు నా హృదయపూర్వక కృతజ్ఞతలు. మా కుటుంబానికి ఎల్లప్పుడూ అండగా ఉండే **అల్లారావు చిన్నాన్న** కు, ప్రతి విషయంలో నాకు అండగా ఉండే **మెల్లా రాంబాబు**, **మెల్లా బాలాజీ** అన్నయ్యలకు కు ప్రత్యేక కృతజ్ఞతలు. మా పెద్దత్త **శ్రీమతి బొల్లం సావిత్రి** గారికి నా నమస్కారాలు. ఇంటి దగ్గర అమ్మానాన్నలకు తోడుగా నాకు ప్రతి విషయంలోనూ కొండంత అండగా నిలబడే తమ్ముడు **మధు**కి, చెల్లెళ్లు **దేవి**, **చిన్ని**, **సుజాత**, **పూర్ణ** లకు ప్రేమ పూర్వక ఆశీస్సులు.

తమ ఫేస్బుక్ వాల్ మీద నా కవితను షేర్ చేసి మరింతమందికి చేరువయ్యేలా పెద్ద యుద్ధమే చేసిన **శ్రీ ఉండ్రమట్ల నాగరాజు** గారికి, ప్రముఖ నటులు **శ్రీ జెమిని సురేష్** గారికి, **శ్రీ సత్య యర్ర** గారికి నా ప్రత్యేక ధన్యవాదాలు. ఏ క్షణమైనా నాకు ఏ అవసరమైనా తక్షణం స్పందించే **శ్రీ ఆకుల అయ్యప్ప** గారికి, **శ్రీ శింగులూరి హరినాథ్** గారికి, **శ్రీ శౌరి** గారికి, **శ్రీ సురేష్ కలగ** గారికి, **శ్రీ గొర్రె విక్రమ్ మాస్టర్** కు, **శ్రీ చొప్పదండి సుధాకర్** గారికి, **శ్రీ కూనిసెట్టి శ్రీనివాస్** గారికి, **శ్రీ ఆకుల ప్రసాద్** గారు, **శ్రీ ఆకుల జయ సుధాకర్** గారికి, ప్రముఖ నటులు **శ్రీ వడ్డి నాగ మహేష్** (రంగస్థలం ఫేం) గారికి, **శ్రీ ఆనంద చక్రపాణి** (మల్లేశం ఫేం) గారికి, ప్రముఖ నటులు **శ్రీ బి హెచ్ ఈ ఎల్ ప్రసాద్** గారికి, మిత్రులు **శ్రీ చక్రాంతం రమణ** గారికి, **శ్రీ మందా హేమనాథ్** గారికి, నాకు అత్యంత ఆత్మీయులు

శ్రీ వర్మం వేణు గారికి, **శ్రీ తమ్మిన శ్యామ్ కిషోర్** అన్నయ్యకు, చిన మావయ్య **శ్రీ బొల్లం ఆంజనేయులు** గారికి, పంతులుగారు **సత్తిబాబు, తమ్మిరాజు** గార్లకు, **శ్రీ రఘువీర్ ప్రతాప్** గారికి, **శ్రీనివాస్ నడింపల్లి** గారికి, **శ్రీ లోకం నాగరాజు** గారికి, **గణపవరపు రామచంద్ర రావు (రాము)**కి, **శ్రీ కందాల రంగా** గారికి, ప్రత్యేకించి కవి–రచయిత, ఆత్మీయులు **శ్రీ నాగిశెట్టి తాతయ్య నాయుడు** గారికి, నా మొదటి నిర్మాత మంచి మనిషి **శ్రీ చింతలపూడి సునీల్** గారికి నా నమస్కారాలు. నాకు అత్యంత ఆప్తులు కార్టూనిస్ట్ **వర్చస్వి** గారికి, **సతీష్ యశస్వి** అన్నయ్య కు, **పాల నరేష్** కు, **శివ సుబ్రహ్మణ్యం** గారికి, **నాగరాజు మున్నూరు** అన్నకు, తమ్ముళ్ళు **కృష్ణార్జునుడు సాన, నాగేంద్ర మహీపాల** కు, **కొత్తపల్లి మణి త్రినాథరాజు** గారికి, **శ్రీ కలిదిండి వర్మ** అన్నకు, **డి. శ్రీనివాసరాజు** గారికి, **విరించిపుట్ల**కు, **ప్రణయరాజ్ వంగరి** అన్నకు, ఎడిటర్ **సురేష్ కుమార్** గారికి, మిత్రులు **చుండూరి శంకర్, సుధీర్ వర్మ, కాశీ, తాడిశెట్టి ఏడుకొండలు, డ్రోన్ ప్రసాద్, జాన్, మురళీ మోహన్, లక్కు నాగశ్రీనివాస్, కృష్ణ చైతన్య, లక్కు వంశీ, లక్కు వెంకట్, అయ్యగారి భద్రస్వామి** (బాబా టెంపుల్), **నాగేంద్రబాబు చవ్వాకుల, టి.బి.ఎస్.ఎన్. మూర్తి** గారికి, **చారి బాబాయ్** మరియు వలవల సాయిరామ్ గారికి, **తుమ్మూరి భాగ్య** అక్కకు, **బండ్రెడ్డి పద్మ** అక్కకు **లక్ష్మి** చెల్లెలకు ధన్యవాదాలు.

శ్రీ వేంకటేశ్వర మూవీ మేకర్స్ అధినేత, నిర్మాత (తిక్క మూవీ) **శ్రీ రోహిన్ రెడ్డి** గారికి ప్రత్యేక ధన్యవాదాలు, నమస్కారాలు. ఈ పుస్తకానికి గొప్ప ముఖచిత్రాన్నిచ్చిన **శ్రీ మౌని శ్రీనివాస్** గారికి, **శ్రీ గాంధీ** గారికి నా ప్రత్యేక కృతజ్ఞతలు. ఎల్లప్పుడూ నా ఉన్నతిని కోరుకునే...ప్రముఖ రచయిత, నాకు అత్యంత ఆత్మీయులు, సోదర సమానులు **శ్రీ మిరియాల సంజయ్ కిషోర్** గారికి, సినీ దర్శకులు **శ్రీ నాగు గవర అన్న**కు, నటులు **శ్రీ లోహిత్ కుమార్** గారికి, తెలంగాణ భాషా సాంస్కృతిక శాఖ డైరెక్టర్ శ్రీ **మామిడి హరికృష్ణ** గారికి నా ప్రత్యేక ధన్యవాదాలు.

ఈ కవిత గురించి తెలుసుకుని నాకు ఫోన్ చేసి మాట్లాడి ప్రేమ వెన్నెల కురిపించి అసలు కలవకుండానే వెళ్ళిపోయిన **శ్రీ వెన్నెలకంటి** గారికి, ఇంటికి వచ్చి కలవమని చెప్పి ఫోన్ చేయించి నేను వచ్చే లోపే ఈ లోకాన్ని విడిచిపోయిన గాన గంధర్వుడు **శ్రీ ఎస్.పి. బాల సుబ్రహ్మణ్యం** గారికి, నన్ను ప్రత్యేకంగా అభినందించిన **కీ॥శే॥ శ్రీ కైకాల సత్యనారాయణ** గారికి నివాళులు అర్పిస్తున్నాను.

నన్ను ఎంతో ప్రేమతో, విలువలతో పెంచిన మా తాతయ్య, నాయనమ్మ **కీ॥శే॥ శ్రీ పనసకర్ల సూర్యనారాయణ మూర్తి, శ్రీమతి వెంకట లక్ష్మీ నరసమ్మ** లకు ముత్తాత, తాతమ్మలు **కీ॥శే॥ పనసకర్ల రామయ్య, నారాయణమ్మ** గార్లకు నా పాదాభి వందనాలు.

నన్ను కన్నతల్లి కంటే మిన్నగా ప్రేమించిన **కీ॥శే॥ నాగులు చిన్నమ్మను**, నాకు ప్రతీ విషయంలోనూ ఎంతో అండగా ఉండి అర్థాంతరంగా వెళ్ళిపోయిన చెల్లెలు **సౌమ్యను**, అమ్మమ్మ **బొల్లం సత్యవతి** (నారాయణమ్మ), తాతయ్య **బొల్లం బసవరాజు** గారిని, పెద మావయ్య **బొల్లం భద్రరావు** గారిని ఈ సందర్భంగా స్మరించుకుంటున్నాను.

ముఖ్యంగా మా కుటుంబానికి ఎప్పుడూ... అండగా ఉండే మా తాతయ్య గారు **శ్రీ కొత్తపల్లి భుజంగ రాయుడు** గారికి, **శ్రీ కొత్తపల్లి నరసింహ రాయుడు** గారికి, **శ్రీ కొత్తపల్లి సుబ్బారాయుడు, శ్రీ కొత్తపల్లి బుజ్జిబాబు, శ్రీ కొత్తపల్లి జానకిరామ్** గార్లకు, **శ్రీమతి కొమ్మూరి లక్ష్మి** పెద్దమ్మకు, మరియు మమ్మల్ని ఎంతగానో ప్రేమించే **సూరవరపు, అందే** మరియు **పనసకర్ల కుటుంబ** సభ్యులందరికీ... పేరు పేరునా ధన్యవాదాలు.

ప్రత్యేకించి రచయిత్రులు **శ్రీమతి తోట సుభాషిణి** గారికి, **శ్రీమతి మాలతీ లత** గారికి, **శ్రీమతి అమూల్య చందు** గారికి, **బి. గీతిక** గారికి, **బాలబోయిన రమాదేవి** గారికి, **వడ్డే సిరి** గారికి, **మేకల సుభాషిణి** అక్కకు ధన్యవాదాలు. మరియు స్నేహితులు **మజ్జి శ్రీదేవి**(9 రోజెస్ మీడియ), **ప్రీతి నోవెలిన్, దేవికా రెడ్డి** అమ్మకు నా ప్రత్యేక కృతజ్ఞతలు.

అలాగే నా బోర్డర్ షార్ట్ ఫిల్మ్ నిర్మాత **కీ॥శే॥ పోపూరి సుబ్బారావు** గారికి, గోదారోళ్ల కితకితలు ఫేస్బుక్ గ్రూప్ సృష్టికర్త, అప్తులు **కీ॥శే॥ ఇ.వి.వి. సత్యనారాయణ** గారికి అంజలి ఘటిస్తున్నాను.

ఇంకా ఎందరో ఆత్మీయులు – అందరి పేర్లు ఇక్కడ చెప్పడం కుదరక పోయినా నన్ను ప్రోత్సహించే మిత్రులందరి పేర్లను ఈ క్షణం తలుచుకుంటూ మీ అందరికీ నమస్కరిస్తూ, ముందు ముందు మరింత మంచి కవిత్వంతో, గొప్ప వ్యక్తిత్వంతో ముందుకు సాగడానికి ప్రయత్నిస్తాను. ధన్యవాదాలు.

– **ప్రకాశ్ నాయుడు పనసకర్ల**

నా "నాన్న ఎందుకో వెనకబడ్డాడు"
కవితను ప్రాజెక్ట్ వర్క్ గా
ఆంధ్రప్రదేశ్ రాష్ట్రంలోని తొమ్మిదవ తరగతి తెలుగు సిలబస్ లో
పెట్టారని తెలియజేయడానికి సంతోషిస్తున్నాను.
ఈ సందర్భంగా పాఠ్య భాగ సంపాదక వర్గానికి
నా ధన్యవాదాలు.

xx

నాన్న ఎందుకో వెనకబడ్డాడు

ఆమె	1
దృశ్యం	2
ప్రేమ లేఖ	3
నటుడు	5
కోరిక	7
దేవుడు రాడు	8
అదే నవ్వు	11
ఒక్కటే మాట	12
కొన్ని పక్షులు	13
కులాలన్నీ	15
పచ్చనోట్లు సంపాదించే నాకు...	17
ఇంటిది	19
సంస్కారం	21
చేప – గట్టు	22
స్పర్శ	24
వేశ్యా వాటిక..!	25
ఎలాగైనా సరే వెళ్ళిపోవడమే ముఖ్యం	27
రైతు కొడుకు	29
నొప్పుల గది	31
ఆకలి తీరనట్టు	34
శీలం ఉండేది అక్కడ కాదు	36
తమ్ముడు	38
నాన్న ఎందుకో వెనకబడ్డాడు	40
కవినైపోతాను	42
వాడేం మనిషి	44

xxi

నగ్నత్వం	45
అంతే !!	46
బామ్మ	47
జ్ఞాని	49
మాసిపెట్టె	50
నీటి శబ్దాలు	53
ద్వేషి	55
అమ్మ కేమీ తెలీదు	57
చూపు	59
వాడు చెత్తోడు కాదు	61
కరోనా	63
కోడె దూడలు	65
మనవడు	68
కప్పుకునేది అదే	70
రోడ్డుమీద బతుకులు	72
విన్నపం	74
చెట్టు – జీవితం	76
ధ్యానం	77
కొన్ని	79
వర్షం ఎవరో కాదు	81
నిశ్శబ్దం	83
తెలుపు	85
పట్ట భద్రుడు	85
లోపలి మనిషి	86
ఏకవచనం	87
వాన	89
నిజమూ – నిట్టూర్పు	91
దీపం	92

కాలం ఒక దీపం	93
మా ఇంటి అరుగు	95
గడియారం ముల్లు	98
ప్రపంచమూ – ప్రేమ	99
అనుభవం	100
యుద్ధం	100
స్వేచ్ఛ	101
రెండూ నిజమే	103
వేసంకాలం	104
ఏమోతావంటే...!	106
శాంతి	107
ఒక సంభాషణ	109
Dad had fallen back, I don't know why!	111

xxiv

ప్రకాశ్ నాయుడు పనసకర్ల

ఆమె

జీవితం ఎలా ఉందీ...?
అని అడిగితే
ఆమె నవ్వింది !

పిల్లలు... అని అడిగినప్పుడు
కళ్ళల్లో నీళ్ళు

మరి అమ్మా నాన్న... అన్నప్పుడు
ఓ నేల చూపు

అత్తా మామలని ఆరా తీయబోతే
పనికి రాని ఓ నిట్టూర్పు

ఆఖరిగా మీ వారు? అని అడిగా...
దిగ్గున లేచి నిలబడింది!

ఆమె ఒక్కతే
అంతమంది కోసం !!!

దృశ్యం

నది పరుగు నేర్చుకుంది
మనిషిలాగే....
గట్టు మునిగి పోయింది !

వాన చేయించిన స్నానానికి
చెట్టు మెరిసి పోయింది
గట్టు కరిగిపోయింది !

అలలకి అలవాటు పడ్డ నావ
కొట్టుకు పోకుండా
అటూ ఇటూ ఊయలలూగుతోంది !

తేలుతూ వస్తున్న
దేహమొకటి అమ్మో
కాకుల ఆకలి తీరుస్తోంది !

వర్షాకాలం అంటేనే అంత !
గట్టు తెగిన గోదారై
పోతాయ్ జీవితాలు !

సముద్రుడింటికి
సంసారానికి పోతూ.... పోతూ

నది...
ఊళ్లను ముంచి
సారె తీసుకు పోతోంది !

ప్రేమ లేఖ

ప్రియా... లేఖ అందింది
నీ హృదయపు కాగితం మీద
నా రూపును చిత్రించినంత
మృదువుగా ఉంది
నీ...ప్రేమలేఖ

ఇక్కడ నేను క్షేమం...
అక్కడ నువ్వూ...? అంటూ
అర్థోక్తిలో ఆపేసిన ఆ పంక్తి చదువగానే
కళ్ళల్లోంచి ఉబికివచ్చిన నీళ్ళు
అక్కడే ఆవిరైపోయాయి

నేను లేని జీవితం
నిస్సారమైపోయిందని రాశావు....

పిచ్చిదానా...!
నింగి కురవకపోవచ్చు
నేల తడవకపోవచ్చు ...
ఐనా
నింగి నీడ నేలపైనే ఎప్పుడూ
నేల చూపు నింగివైపే ఎప్పుడూ
అదేగా ప్రేమంటే ...

మనల్ని విడదీసిందెవరని అడిగావు ....
ఎవరో తేలిగ్గా విడదీయగలిగేదైతే
మనది ప్రేమ బంధం
ఎందుకవుతుంది చెప్పు ...?

నాన్న ఎందుకో వెనకబడ్డాడు

తనువులు కలవడానికైతే
దగ్గరగా ఉండాలేమో ...
మనసులు దగ్గరైనాక
మనల్ని ఎవరు ఎంత దూరం తీసుకుపోయినా
ఏం లాభం?

నీవుండేది నీ దగ్గరా కాదు
నేనుండేది నా దగ్గరా కాదు

చూడాలని ఉందన్నావ్
స్వప్నంలో కలుసుకుందాం ...

మాట్లాడాలని ఉందన్నావ్
మౌనంలో చేరిపోదాం ...

ఇక ఉంటాను అన్నావ్ ...

నీ లేఖని గుండెలకు హత్తుకున్నాను ...
నువ్వున్నది ..... అక్కడేగా !!

నటుడు

నటుడికి చావుంటుందా....?
అదికూడా నటనైతే బాగుండుననిపిస్తుంది !
తిరిగిరాని లోకాలకు వెళ్ళిపోతేనేమి
నిండు జ్ఞాపకమై మన మధ్యనే తిరుగాడుతుంటాడు !

దేవుడిచ్చిన ఒక్క పాత్రలో ఒదిగి
అనేకానేక పాత్రలకు జీవంపోసి
ఎదిగి ఎదిగి ఎగిరిపోయాడు.

కాలం సూత్రధారి, జీవుడు పాత్రధారి
అందుకే .....వచ్చేప్పుడు పోయేప్పుడు
మనిషిది ఒంటరి దారి !

నేలమీద వేసిన కొన్ని లక్షల అడుగులు
ఆరడుగుల నేలలోకి ఇంకిపోతై
పంచిన ప్రేమలు గుండె నేలలో దాగున్న
కన్నీటి ప్రవాహాన్ని
బుగ్గల గట్టు మీదకి తోడుకుంటై !

మన మధ్య నుండి తరలిపోయిన
నూరేళ్ళ కాలం మనిషంటే !
మనకంటే మరో నూరేళ్ళ కాలం
ఎక్కువ బతికేవాడే నటుడంటే !

నాన్న ఎందుకో వెనకబడ్డాడు

ఆ ముఖం లోని రంగు మారదు
అతని గతం అనే కళ వాడదు
అతను నిజానికి మరణించలేదు
మరో జన్మ అనే కొత్త పాత్రలో
లీనం కావడం కోసం
ఈ పాత్రకు శాశ్వత విరామం ప్రకటించి
వెళ్ళిపోయాడు

(శ్రీ అక్కినేని నాగేశ్వర రావు గారి నిష్క్రమణ సందర్భంగా)

కోరిక

నీకేం కావాలో కోరుకో...
డబ్బు, ఆస్థి, పేరు
భార్య, బిడ్డలు, హోదా
ఆయుష్షు, ఆరోగ్యం
ఐశ్వర్యం
అద్భుతమైన జీవితం!

నీకేం ఇవ్వమంటావో చెప్పు ?
అడిగాడు దేవుడు

నాకేమీ వద్దు కానీ...
ఇప్పటి వరకూ ఇచ్చిన వాటిలో
"ఒక్కటి" తిరిగి తీసుకు పోగలవా
అని అడిగాను నేను!

ఏమిటది అన్నాడు
ఆశ్చర్యంగా ....

ఆ ఒక్కటీ ... ఆ ఒక్కటే ...

అన్ని కోరికలకూ మూలమైన

'ఆకలి'

దేవుడు రాడు

నువ్వో చెట్టుని కొట్టేస్తావ్
కాలుష్యం పెరుగుతుంది
వర్షాలు రావు, పంటలు పండవు
ఆకలి అనేకమందిని తినేస్తుంది.

దేవుడు రాడు!

వేడి పెరిగి నేలను కాల్చేస్తుంది.
మంచు ధృవాలు కరుగుతాయ్
నదులు ఇంకిపోతాయ్
సముద్రం పొంగి అందరినీ ముంచేస్తుంది.

దేవుడు రాడు!

ఎంత మేధస్సు ఉన్నా
అడవి మనిషిలా ఆటవికంగా
మూగ జీవాల గొంతులు కోస్తూనే ఉంటావ్
జీవ సమతుల్యతను దెబ్బతీస్తావ్
వాటి ఆక్రందన నిన్నో క్రిమై మింగేస్తుంది.

దేవుడు రాడు !

పిడికిట పట్టి నేల గర్భం లోంచి
అనేకానేక జవసత్వాలని పిండేస్తావ్
పచ్చదనాన్ని చెరిపి పచ్చనోట్లు గా
మార్చేసుకుంటావ్

ప్రకాశ్ నాయుడు పనసకర్ల

బలం కోల్పోయిన నేల కుంటుకుంటూ...
నిన్ను మోయలేక కిందపడి
విలవిలలాడుతుంది
ఆ ప్రకంపనలకి ఇల్లు కూలి నువ్వు మరణిస్తావ్

దేవుడు రాడు!

చెట్టు పుట్ట పశువు పక్షి
ఏదీ కాదు
దేవుడొక్కడే గొప్పంటావ్!
వాటిని పూజించడం అంటే
కాపాడుకోవడం అని అర్థం చేసుకోలేని నువ్వు
అన్నిటినీ సర్వనాశనం చేస్తావ్
ప్రళయం నిన్ను కప్పేస్తుంది

దేవుడు రాడు!

మనిషి మరో మనిషి కంటే
గొప్పోడేమో కానీ ....
ప్రకృతి కంటే ఎప్పుడూ గొప్ప కాదు !

కనిపించని దేవుడి కోసం
ప్రకృతిని జీవుల్ని హింసించి
ఆ రోజును నువ్వు పండుగ అంటావ్
కనిపించని రోగం నిన్ను కమ్మేస్తుంది.

దేవుడు రాడు!

నాన్న ఎందుకో వెనకబడ్డాడు

ఇన్ని చూసిన తరువాత కూడా
మనిషిని మనిషిగా మారమని
చెప్పడం మానేసి
మతం మారమని చెబుతున్నావే...

మనుషుల్ని మృగాలుగా
వదిలేసిన దేవుడి కోసం
ఏ మతంలోకి మారాలో చెప్పు?

అదే నవ్వు

ఆమె నవ్వింది
వీడూ ... నవ్వాడు!

ఆమె నవ్వింది
వీడు స్నేహం అన్నాడు

ఆమె నవ్వింది
వీడు ప్రేమన్నాడు

ఆమె నవ్వింది
వీడు బ్రతిమాలాడు

ఆమె నవ్వింది
వీడు కృంగిపోయాడు

ఆమె నవ్వింది
వీడు బ్రతకలేనన్నాడు

ఆమె నవ్వింది
వీడు ఏడ్చాడు

ఆమె నవ్వింది
వీడు మరణించాడు

ఆమె నవ్వింది.........
వీడే ....
మళ్లీ పుడతానంటున్నాడు ..... !
ఆమె నవ్వుకి అర్థం తెలుసుకోడానికి !!!!!

ఒక్కటే మాట

ఒకడొచ్చి
నన్ను ముంచేసి పోతాడు !

మరొకడు నన్ను నిలువునా
మాడ్చేసి పోతాడు

ఇంకొకడు వచ్చి
నన్ను వణికించి హింసిస్తాడు ...

మరొకడు వచ్చి నన్ను బలంగా
వంచడానికి ప్రయత్నిస్తాడు.

ఇంకొకడు నా ఆశల్ని
కుప్పగా రాల్చేస్తాడు

కాలాలు మారుతూనే ఉంటాయ్ !
గాయాలు సలుపుతూనే ... ఉంటాయ్ !

ఐతేనేం ?

కూలిపోవడానికి
నేనేమన్నా మనిషినా !
"చెట్టుని"

కొన్ని పక్షులు

చెట్టూ... గాలి
ఎవరికీ కనిపించకుండా
గుసగుసలాడుకుంటాయా ...?
గూటిలోని పక్షి ఆహారం పెడుతూ ...
ఆ ఊసులను పిల్లలకు చెబుతుంది

పైరు... పక్షి
కొంతసేపు ఏకాంతంగా మాటలాడుకుంటాయా ...
ఆ మాటల మధ్యలో కొన్ని గింజలు
ఎవరికీ తెలియకుండానే మాయమౌతాయి

ఎద్దులమీద వాలిన కొన్ని పక్షులు
పుండుతో యుద్ధం చేసిన తరువాత
వీడ్కోలు చెప్పిన తోకలకు
అందకుండా ఎగిరిపోతాయి

మేడమీద దిగిన పక్షులు కొన్ని
ఆకాశాన్ని అక్కడ అమర్చలేక
దిక్కుదిక్కుకొక రెక్క కడతాయి

మా చెరువులోకి వల విసిరిన పక్షుల గుంపు
తమ పేరు రాసి ఉన్న ఆహారాన్ని
గొంతులో దాచుకున్నామని వెళ్ళి
గూళ్ళకు చెబుతాయి

దారిలో ఎవరి రెక్కలన్నా తెగిపడినప్పుడు
సమూహం మొత్తం కిందకి దిగి
అంతటి ఆకాశాన్నే ఒంటరిని చేస్తాయి

నాన్న ఎందుకో వెనకబడ్డాడు

తొర్రలో ఉన్న పాముొకటి
చెట్టుతో మాట్లాడకుండానే
గూట్లో ఉన్న పక్షి గుడ్లను
ఆకలితో లెక్క కడుతుంది

ఎవరి ఆయుష్షు ఎంతో తెలిసిన నేల
తన గుండెమీద పడే ప్రతి అడుగును
లెక్కపెడుతుంది

మనం సముద్రం కాక ముందు
సమస్త జీవనదులమని కలలో
ఎవరో చెప్పి పక్షిలా ఎగిరిపోతారు

ఇప్పుడు కూడా...
కన్నీటిలో ఎప్పటిలా
సముద్రాలే

దాహం తీర్చే జీవనదులు
ఇంకిపోవడమే జీవితం

పక్షివై ఎక్కడ దిగుతావిప్పుడు!
కింద ఉన్నప్పుడైనా
ఒక చెట్టు నాటకపోతివి నేలమీద ... !

ప్రకాశ్ నాయుడు పనసకర్ల

కులాలన్నీ

నీదేకులం అంటే ... ?
ఏమో ! ఇప్పుడు నాకే తెలీదు !

ఒకప్పుడు బతుకు బాగోక
కూలీ నాలీ సేసుకొని బతికినప్పుడు
కూలోడన్నారు...

తరువాత వేరే ఊరికి వలసపోయి
సేలకి కాపలా కాత్తుంటే కాపునన్నారు

కరువు మాసాల్లో చెక్క పనులకెల్తే
వడ్రంగినన్నారు

వేసవి కాలంలో నాలుగు డబ్బులొత్తాయని
కుండలు సేసుకొని అమ్ముకుంటుంటే
కుమ్మరోడినన్నారు

సినిగిన బతుకుని లాగడానికి
సెప్పులు కుడుతుంటే
నన్ను మాదిగ వాడన్నారు

ఇదిగో ... ఇప్పుడు నా కొడుక్కి
పెద్ద ఉద్యోగమొచ్చి
మా బతుకులు బాగుపడ్డాకా..
అందరూ ... నన్ను చూసి
అదృష్టవంతుడు అంటున్నారు.

నాన్న ఎందుకో వెనకబడ్డాడు

కడుపు పోసించుకోడానికి
వృత్తికో కులాన్నెత్తుకుని మోసినవాడిని
బాబు...
నీదేకులం అంటే ఏం సెప్తాం....!
కులాలన్నీ మా అమ్మలే ఐనప్పుడు!!

పచ్చనోట్లు సంపాదించే నాకు...

పచ్చనోట్లు సంపాదించే నాకు
పచ్చని చేలు పండించే నాన్నని చూసినప్పుడు
కొంచెం ఈర్ష్యగానే ఉంటాది.

ఒరే... మన పొలంలో పండిన బియ్యం
పంపిస్తున్నా ... తినండని
నాన్న చెప్పిన ఆ మాటకే
నా కడుపు నిండిపోతాది

మీ అమ్మ నీమీద బెంగెట్టుకుందిరా
ఒచ్చే నెల్లో పండక్కి ఓసారొచ్చిపో ....
అని అన్నప్పుడు
నాకర్థం కాకుండా ఎలా ఉంటుంది ?
అది అమ్మ ముసుగేసుకున్న
నాన్న ప్రేమేనని ....

డబ్బులేమైనా కావాలా నాన్నా అనడిగితే
ఇక్కడ ఉన్నదే ఇద్దరం
మాకు ఖర్చు లేముంటాయిరా ?

ఏరా నీకేమైనా డబ్బులు పంపించమంటావా ?
అని తిరిగి నాన్న నన్ను అడిగినప్పుడు
కూ... అంటే మనకూత మనకే తిరిగి
వినిపించే కొండ గుర్తొస్తాది!

ఇంటికి వెళ్ళినప్పుడు
అమ్మ చేతులు నా కడుపునీ
నాన్న చేతులు నా జేబునీ నింపి

నాన్న ఎందుకో వెనకబడ్డాడు

తడిసిపోతాయ్

ఊరొదిలిపెట్టి ఎందుకొచ్చానో...
నాకిప్పటికీ అర్థం కాదు

తిరిగొచ్చేటప్పుడు
ఎదురొచ్చిన అమ్మ కళ్ళల్లో....
మళ్ళీ ఎప్పుడొస్తావురా...? అన్న ప్రశ్న,
'ఒరే జాగ్రత్తగా వెళ్ళిరా" అన్న నాన్న
మాటలోకి
తల దించుకుని ఇంకిపోతాది

లైట్లు లేని మా వీధి
చీకటిలో నన్ను సాగనంపుతూ ఉంటే

నా కళ్ళల్లో సముద్రం
ఒక్కసారిగా మెలి తిరుగుతాది.

ఇంటిదీ

ఆకాశంలాంటి విశాలమైన
ఆమె నుదుటిమీద
ఎర్రని సూరీడు కుంకుమై మెరిసినప్పుడు
ఆమె ఉదయంలా నవ్వుతుంది !

నేను ఎగురవేసిన కొన్ని చూపుల పక్షులు
నిండైన ఆమె నుదుటిని తాకి ముద్దాడుతూ
ఎగిరిపోతాయి !

ఒక్కొక్క బొట్టే కురుస్తున్న తన కురుల
మేఘాలు
నన్ను ఒక్కసారిగా తడుపుతున్నప్పుడు
కొత్త కోరికలతో పచ్చని మొక్కనై
నేను అక్కడే పురుడు పోసుకుంటాను !

ఆమె కట్టుకున్న తెల్లని చీరనది
నునుపైన కొండలాంటి
ఆమె నడుందగ్గర వంపు తిరిగి
అమాంతం నన్ను ముంచేస్తుంటే
చేపనై ఈదుకుంటూ ఆమె ఒడ్డుకు చేరాలని
తనివితీరా ఎంతగానో ప్రయత్నిస్తాను !

దేవుడిపటం దగ్గర దీపం వెలిగించి
దానికంటే ఎక్కువ కాంతితో
నా ఇంటిదీపమే వెలిగిపోతుంది ...

ఆమె కళ్ళకద్దుకున్న పసుపుతాడు
తన గుండెలపై ఉచ్ఛ్వాస నిశ్వాసలకు
ఊగుతుంటే

నాన్న ఎందుకో వెనకబడ్డాడు

ఆమె ఊపిరి నేనే అని మరోసారి గుర్తు
చేసుకుంటాను !

ఆమె ఇచ్చే హారతిని కాదు
ఆమెనే కళ్ళకద్దుకోవాలనిపిస్తుంది నాకు
నా దేవత తనే ఐనందుకు !

రాతిరి పడకగదిలో
ఆమె అనురాగాన్ని చూశాకా
తన ఒడినే అమ్మ ఒడి చేసుకుని
ఓ బిడ్డగా నిద్రపోతాను

మల్లెలు మా బంధాన్ని చూసి
ఆప్యాయంగా నిట్టూరుస్తాయి

చీకటి...
మా ఇంట్లో గోడకు తగిలించిన దీపమై
రాత్రంతా వెలుగుతూనే ఉంటుంది.

సంస్కారం

చుట్టం వచ్చాడు
అనుకున్న అతిథి
ఆతిథ్య మిచ్చాను

స్నేహితుడు వచ్చాడు
స్వాగతించిన అతిథి
సపర్యలు చేశాను

ఆత్మీయుడొచ్చాడు
ఎదురు చూసిన అతిథి
తాంబూల మిచ్చాను

మరణం వస్తే ....
అనుకోని అతిథి

అప్పటికప్పుడు
ఇవ్వడానికి ఏమీ లేక...
నన్ను నేనే.... ఇచ్చుకున్నాను!

చేప – గట్టు

చేపవి నువ్వో కాదో,
గట్టు మాత్రం జాలరే!

ఎరలే కోరికలు
నోరు తెరవకు గాలం ముందు!

అందుబాటులో ఉన్న దాన్ని వదిలి
గట్టుమీద మేతనాశించడం
ఒక్కోసారి మరణాన్ని ఆహ్వానించడం కూడా కావచ్చు!

నీవు జ్ఞాని వైనప్పుడు
దేవుడు దయ ఉన్నవాడే !

నీటిలో ఉండే నిన్ను
గట్టు నీడ ఆకర్షిస్తుంది

తామర పూవుల నీడనొదిలావో
జాగ్రత్త!

గట్టుమీద వెన్నెల నీడ మాత్రమే !

నువ్వుండే చెరువులో వెన్నెలతో పాటూ
చందమామ కూడా ఉంది... ఆస్వాదించు

ఎప్పుడైనా గట్టు నీకు ఎర వేసి చేతులు చాస్తే
జ్ఞప్తికి తెచ్చుకో !

పరుల సొమ్ము పాములాంటిదని !

దేవుడు వేసే వలకు చిక్కేంతవరకైనా
ఎరకు ఆశపడి చెరువును వదలకు...!

స్పర్శ

సరే పద
ఒంటరిగానే వెళ్దాం ఎక్కడికైనా సరే !

కానీ అక్కడ.....

దేహాలను దూరంగా ఉంచి
హృదయాలను తాకించుకుందాం !

పెదవులను మాటల దగ్గరే ఆపి
చూపులతో చుంబించుకుందాం !

చేతులను హృదయం మీద ఉంచుకొని
మాటలతో స్పర్శించుకుందాం !

పగలు రాత్రి అవ్వడం గురించి కాకుండా
ఆలు మగలవ్వడం గురించి మాట్లాడుకుందాం !

ఏ పొదల చాటునో దొంగల్లా అసలెందుకు...?
అందరూ తిరిగే చోటే ధైర్యంగా చూపులు కలిపి
కూర్చుందాం !

ప్రేమ అంటే ... దేహాలు పెనవేసుకోవడం కాదు
హృదయాలు సరి చూసుకోవడం అని నేర్చుకుందాం !

ఏంటి...?

అవకాశం ఇచ్చినా ఆరడుగుల దూరంలో ఉన్నానని
అనుమానంగా చూస్తున్నావా...?

నీ వయసున్న ఆడపిల్ల మా ఇంట్లోనూ ఉంది మరి !

ప్రకాశ్ నాయుడు పనసకర్ల

వేశ్యా వాటిక..!

ఈ శరీరాన్ని పళ్ళతోటను చేసి చాలా రోజులైంది
వచ్చి ఆకలి తీర్చుకుపోయే వాళ్ళే తప్ప
మా ఆకలి దప్పులను చూసిపోయిన వారెవరూలేరు

ఈ శరీరాన్ని వ్యాయామశాల చేసి
చాలా కాలమయ్యింది.
కసరత్తు చేసుకుపోయేవారే తప్ప
మా కన్నీటిని చూసిపోయిన వారెవరూలేరు

మా దేహం గర్భగుడి కాదు
దేవుడొక్కడినే ప్రతిష్ఠించుకోవడానికి
ఈ శరీరం ఒక రచ్చబండ
దీన్ని ఎవరు అధిరోహించి
ఏ తీర్పు చెప్పినా తలవంచి వినాల్సిందే

మేం పెట్టుకునే పూలకు నలిగిపోవడమే గానీ
వాడిపోవడం తెలీదు.

ఇక్కడ చల్లే అత్తరుకి మత్తువాసన తప్ప
మా మనసు వాసన తెలీదు

ఎంతమంది ఎడారి కోర్కెలకు
ఈ శరీరం దాహం తీర్చిన ఒయాసిస్సయ్యిందో,
ఎన్ని శరీరాలు ఈ శవం మీద నుండి
పొర్లుకుంటూ పోయాయో

అనుక్షణం వేశ్యావాటికలో
ఆకలి మంటల చితుల్లో కాలుతున్న
మా బతుకులకే ఆ బాధలు తెలుసు

నాన్న ఎందుకో వెనకబడ్డాడు

మేం పెరట్లో కాసిన చెట్లం కాదు
మా ఫలాల్ని యజమానికొక్కడికే అందించడానికి !

మేం నలుగురూ నడిచే దారిలో కాసిన చెట్లం
ఆకలితో ఎవరు రాళ్ళేసి మమ్మలి గాయపరచినా
తలవంచి ఫలాలనివ్వాల్సిందే

మేమంటూ లేకపోతే...
ఈ కామాంధుల చూపుల రాళ్ళు తగిలి
ఎన్ని పెరటి చెట్లు గాయపడేవో..

మా బతుకులు ఛిద్రమైనా ఫర్వాలేదు
మావల్ల కొందరి బతుకులైనా భద్రంగా ఉన్నాయి.

ఈ ఒక్క ఆత్మసంతృప్తి చాలు మాకు...

కళ్ళు తెరవని ఈ సమాజం ముందు
ప్రశాంతంగా కన్ను మూయడానికి!!!

ఎలాగైనా సరే వెళ్ళిపోవడమే ముఖ్యం

వెళ్ళిపోవడం అనివార్యమైనప్పుడు
ఎలా వెళ్ళామన్నదికాదు
ఎలాగైనా సరే ....
వెళ్ళిపోవడమే ముఖ్యం ...

ఎవరున్నారని వచ్చావ్ ... ?
వెళ్ళే ముందు ఎవరో ఉన్నారని
ఆలోచించడానికి
వెళ్ళిపోవాలనుకుంటే వెళ్ళిపోవడమే ...

వేదికమీద నీ పాత్ర ముగిసిందని తెలిశాకా
ఎలా నీ అంతట నువ్వే వేదిక దిగిపోతావో
అలాగే దిగిపోవాలి జీవితం నుంచి కూడా

నీ పాత్ర ఐపోయిందని
ఇంకా అక్కడే ఎందుకు నిలుచున్నావని
వేరెవరో ప్రశ్నించి నిన్ను గాయపరిస్తే
నీ పాత్ర ఔన్నత్యం దెబ్బతింటుంది

నీ పాత్రను వేదిక మీద నిలబెట్టడానికి
నువ్వు ఎంతో చెమటోడ్చి ఉండొచ్చు
ఎన్నో కన్నీటి చెలమల్ని తాగి ఉండొచ్చు

మరెన్నో తేనెటీగల గాయాలకోర్చి ఉండొచ్చు
ఐనా సరే నీ పాత్ర నిడివిని బట్టి
సమయానికి విలువిచ్చి నువ్వు దిగిపోవాల్సిందే ..

అప్పుడు కూడా నీ పాత్రమీద నువ్వు జాలి పడకూడదు
నీ పాత్రనుంచి పక్కకు జారి పడకూడదు
నీకు కేటాయించిన ఆ చిన్ని గదిలోనే

నువ్వొక దీపమై ఎవరికోసమో వెలగాలి.

ఏమో ఏ బోసినవ్వొచ్చి
నీ బోసి నవ్వుని మరింతగా వెలిగిస్తుందో
ఏ పసి చినుకు నీలోని పసిపాదుకు
ఇంత నీరు పోస్తుందో

అప్పుడప్పుడు ఏ జ్ఞాపకాలు
నిన్ను పలుకరించడానికి వచ్చి
నీ వెలుగులో ఆ నాలుగు గోడల మధ్య
నీడలై పురుడు పోసుకుంటాయో
ఇప్పుడే ఎలా చెప్పగలం

జీవితం అంటే చెప్పగలిగేది కాదు
కేవలం అనుభవించగలిగేది మాత్రమే
వెళ్ళిపోవడం అనివార్యమైనప్పుడు వెళ్ళిపోవాల్సిందే ...

బాల్యం నుంచి కౌమారంలోకి
అక్కడి నుంచి యవ్వనంలోకి
యవ్వనం నుంచి వృద్ధాప్యంలోకి

జీవితం నుంచి
ఇక నీలోకి ....

ఎలా వెళ్ళామన్నది కాదు
ఎలాగైనా సరే వెళ్ళిపోవడమే ముఖ్యం !!

ప్రకాశ్ నాయుడు పనసకర్ల

రైతు కొడుకు

తినేటప్పుడు కంచం బైట మెతుకు పడితే
మౌనంగా తీసుకుని తన కంచంలో
వేసుకునేవాడు నాన్న

ఇంటికి అతిథులు ఎంతమంది వచ్చినా సరే
అన్నం తిని వెళ్ళాల్సిందే

తినే సమయానికి అడుక్కునే వాడొచ్చి
అమ్మా అని పిలిస్తే...
ముందెళ్ళి ఒక ముద్దేసి వచ్చేవాడు.

దేవుడికి కంచం బైట ఓ ముద్ద కలిపి
తిన్నాకా అది కాకులకు విసిరేసేవాడు

అమ్మ మీద ఎప్పుడన్నా కోపమొస్తే
చెప్పకుండా పొలం వెళ్ళిపోయి
నోరులేని జీవాలమీద ప్రేమకొద్దీ...
సాయంత్రానికల్లా తిరిగి వచ్చేసేవాడు

నీరు పట్టిన చద్దన్నాన్ని నీటిలో పిండుకొని
తింటున్న నాన్నని చూసినప్పుడు
ఈ లోకం కడుపు ఎందువల్ల నిండుతుందో
అర్థమయ్యేది

ఎక్కడో ...
ఉద్యోగం చేసుకుంటున్న నాకు
వర్షం పడిన రోజు రాత్రి నిద్రపట్టదు

నాన్న ఎందుకో వెనకబడ్డాడు

ఊళ్ళో ఇంకా ఒబ్బిడికాని ధాన్యం రాశులమీద
మనసు రెక్కలు కట్టుకెళ్ళి వాలిపోతుంది
తడిసిన రాశులు నాన్న కళ్ళని
తడి చేసినప్పుడు

ఆయన కళ్ళల్లో దాచుకున్న
నేనూ తడిసిపోతాను

అమ్మ మెడలో వేళాడే బొందు
ఈసారి నాకెందుకో ఉరితాడులా
అనిపిస్తుంది....

పోయిన పంట బిడ్డని చూసి కుమిలిపోతున్న
అమ్మా నాన్నల్ని ఓదార్చడానికి
నేనో మారు ఊరెళ్ళి రావాలి !

నొప్పుల గది

నన్ను వదలండి
నేనూ ఆ గదిలోకి వెళ్లాలి !
నేను తన పక్కనే నుంచొని
మా అమ్మ నన్ను కనడానికి పడ్డ
అప్పటి పురిటి నొప్పులను ఇప్పుడు కళ్ళారా చూడాలి !

తెలిసో తెలియకో, సరదాకో నిజానికో....
నీయమ్మ అనే మాటను ఇన్నాళ్లూ ఊత పదంగా పలికిన నేను
ఇక నుంచి 'అమ్మ' అనే మాటను
జీవితమంతా మంత్రంగా ఉచ్చరించగలిగే శక్తి కోసం
ఆ గది లోపలికి నన్ను అనుమతించండి !

సంసారమంటే కామం తోనో, కోరిక తోనో
ఆ "స్థానం" కోసం రగిలిపోవడం కాదు

ఆ స్థానమే నాకు జన్మనిచ్చిన ఆస్థానమని
తెలుసుకోడానికి
ఆ పవిత్ర స్థానాన్ని అంతే పవిత్రంగా
మొదటిసారి దర్శించుకోడానికి నన్ను వెళ్లనివ్వండి !

ఈసారి బిడ్డకోసం తప్ప
ఆ స్థానానికి నేను రాజునని రమించే
అహంకారం ఆరిపోవడానికి
తను నొప్పులు పడుతున్నప్పుడు
నన్ను ఆమె పక్కనే చేయిపట్టుకుని ఉండనివ్వండి !

నాన్న ఎందుకో వెనకబడ్డాడు

విత్తనం పడిన చోట మొక్కని సృష్టించడానికి
ఆ తల్లి పడే కష్టాన్ని చూసి
నేను మనిషిగా మారడానికి
ఆమె పక్కన నన్నూ ఒక తల్లిగా నిలబడనివ్వండి

ఎప్పుడైనా నా బిడ్డ
తన తల్లిని చిన్న మాట అంటే
నిన్ను కనడానికి
మా అమ్మలాగే మీ అమ్మ కూడా చచ్చి పుట్టిందని
తన తల్లి ప్రేమను
నా బిడ్డ కళ్ళకు కట్టినట్లు చెప్పడానికైనా
ఆ నొప్పులను నన్ను కళ్ళారా చూడనివ్వండి

బిడ్డలు రెక్కలొచ్చి ఎగిరిపోతున్నప్పుడు కాదు
బిడ్డను కంటున్నప్పుడే ఆమెకు కడుపు "కోత"
తెలుసున్న విషయం
నాలాంటి భర్తలకు
తెలియజెప్పడానికైనా ఆ గదిలోకి నాకు
అనుమతిని నివ్వండి

నా పక్కన ఆమె ప్రేమతో పడుకునేది
సుఖం కోసం కాదు
ఆ నొప్పుల విలువ
తన ప్రాణం ఖరీదని తెలిసికూడా పడుకున్నది
కేవలం మాతృత్వం మీద ప్రేమతో నని
నాలాంటి వారికి తెలియడం కోసమైనా
నన్ను ఆ గదిలోనికి వెళ్ళనివ్వండి

ఆమె నొప్పులు పడే గదిలోకి భర్తగా వెళ్ళి
తిరిగి ఆమె బిడ్డగా బైటకు రావడానికి
నాకొక్క అవకాశం ఇవ్వండి.

ఆమె నొప్పులు పడుతున్న గదిలోకి
నన్ను ఒక్కసారి వెళ్ళనివ్వండి ...

ఆకలి తీరనట్టు

కొన్ని మాటలు, కొన్ని చేతలు, కొన్ని క్షణాలు
నువ్వూ నేనూ ఒకటి కాదంటాయ్

క్యారియర్లో అన్నం, కూర తప్ప
ఆ పూటకి కలుపుకోడానికి నీ ప్రేముండదు

మౌనంగా ఎదురొచ్చి నన్ను సాగనంపి
నీలోకి నువ్వు ఒంటరిగా వెళ్ళిపోతావ్

పిల్లలతో పొడి పొడిగా మాట్లాడి
స్కూలు బస్సుకు టాటా చెప్తావ్

నీ బాధ వంటింట్లో వెలిగే పొయ్యవుతుంది
నీ దుఃఖం షింక్ దగ్గర కట్టని కుళాయి ఔతుంది
నీ మౌనం వంటింటి పాత్రల్లో మారు మ్రోగుతుంది

ఈ రోజు నువ్వు కట్టుకున్న ముతక చీర
నిన్ను కట్టుకున్న నా మీద కోపమనీ తెలుసు !
దువ్వని నీ కురులు గాలికి చెలరేగుతున్న
అగ్గి సెగలనీ తెలుసు !

ఏం చేద్దాం చెప్పు ?

చూపులు కలిశాయని చేసిన పెళ్ళి
మాటలు కలవనప్పుడల్లా తప్పనిపిస్తుంటే...
తప్పించుకొని నువ్వు ఇంట్లోకి,
నేను ఆఫీసుకి వెళ్ళిపోవడం తప్ప!

మధ్యాహ్నం భోజనాల సమయంలో
తెరిస్తేనేగాని తెరుచుకోని క్యారియర్ లాగా

నా నోరుకూడా తెరుచుకోదు

ప్రతి రాత్రి ఇంటికి మల్లె పూలతో వచ్చే
నేను ఈ రాత్రి కూడా మల్లెలు తెస్తాను

కానీ గోడకున్న మేకుకు వేళాడుతున్న దండల్లానే
నీ జడకు మల్లెలూ వేళాడతాయ్ నిస్తేజంగా

నువ్వూ నేనూ చెరో దిక్కై
మంచం మీద మౌనం వెలిగిపోతుంటే ...

ఇంట్లో అంటుపడని అన్నం గిన్నె
ఆఫీసులో ఖాళీ కాని క్యారేజీ
రాత్రంతా వంటగదిలో ...
ఆకలి తీరనట్టు
గుసగుస లాడుకుంటూనే ఉంటాయి !

శీలం ఉండేది అక్కడ కాదు

శీలం ఉండేది అక్కడ కాదు
హృదయంలోనని తెలుసుకో
ఎవరికైనా సరే

మోసపోవడం మైలపడడం కానే కాదు

గొడుగు చిల్లు పడిందని ఆకాశాన్ని
వర్షానికి తడిసిందని దేహాన్ని
నిందించుకోకు

ఎందుకంటే శీలం ఉండేది అక్కడ కాదు

దుస్తుల మీద పడిన మరక
జీవితానిది కాదు!
చెప్పులకింద అంటిన చెత్త
నువ్వు ప్రోగు చేసుకున్నది అస్సలు కాదు!

నడిచే దారిలో నీడలు అంటుకోవడం సహజం

నిన్ను చూసి నవ్వే వారి పళ్ళు
ఏ రంగులో ఉన్నాయో చూడు
నీకూ నవ్వొస్తుంది...

ఇంకా మైలపడ్డాననే భ్రమలోనే ఉన్నావా నువ్వు ?

శీలం ఉండేది అక్కడే అయితే
అమ్మలంతా అది కోల్పోయాకే
మనం పుట్టినట్టు

ప్రకాశ్ నాయుడు పనసకర్ల

ఇదిగో చూడు
శీలం కోల్పోవడం అంటే
గుండెల మీద కొట్టినవాడి బరువుని
ఇంకా నువ్వు గుండెలపైనే మోయడం.

నీ దేహం మీద ఒక మరకే
మా మనసుల నిండా ఎన్ని మరకలో తెలుసా !

హృదయం స్ఖలించినప్పుడల్లా
మైలపడ్డ అంగం ఈ ప్రపంచం

గమ్యం తెలియని మైలు రాయిలా
ఎన్నాళ్ళు ఇక్కడే పాతుకు పోతావ్

లే...

నీడకు బద్ధకం వచ్చే దాకా ఎక్కడా కూర్చోకు
ఇంతలా చెప్తుంటే కళ్ళు తెరిచి చూడవేం !
ఇలా నా కళ్ళల్లోకి ఒక్కసారి చూడు!

నీ రూపం ఎంత అపురూపంగా వెలిగిపోతుందో
తెలుస్తుంది !

తమ్ముడు

నేనూ వాడూ పుట్టింది ఒకే కడుపున
కానీ...
వాడే మా ఇంటి పెద్దగడప

అమ్మా నాన్నల్ని కడుపులో పెట్టుకుని
ఎంత బాగా చూసుకుంటాడో వాడు ..
అందుకే అమ్మా నాన్న సంపాదించిన
అనుబంధం అనే ఆస్తి మొత్తం వాడిదే

అమ్మా నాన్నకు చెరో చేయై
వాడక్కడే ఉండిపోయాడు
ఆ చేతులకు నేను అప్పుడప్పుడు
చేతులెత్తకుండానే నమస్కరిస్తాను.

వాడిలోని పెద్దరికానికి ప్రేమతో తలవంచాకా ..
ఆ ఇంటికి నేనే పెద్ద కొడుకన్న విషయం కూడా
మర్చిపోయాను.

వాడిని చూసినప్పుడల్లా నాకో ధైర్యం
అమ్మా నాన్నలతో నేనే ఉన్నట్టు
ఎన్ని పనులు చక్కబెడతాడో తెలుసా ...
వాడసలు నాకంటే చిన్నోడేనా అనిపించేంత !
నన్ను ఎంత గౌరవిస్తాడో తెలుసా ?
వాడే నాకన్నా చిన్నోడనేంత!

వాడు లక్ష్మణుడై
నన్ను రాముణ్ణి చేశాడు

ప్రకాశ్ నాయుడు పనసకర్ల

నా పెద్దరికాన్ని నిలబెట్టడానికే
వాడు చిన్నోడై పుట్టాడు
వాడు అన్నయ్యా అన్నన్ని సార్లు కూడా
నేను వాణ్ణి తమ్ముడూ అనలేదు.

"ఒరే" అన్న నా పిలుపే
తమ్ముడూ అన్నట్టుంటుందనుకుంట వాడికి
అలా పిలవగానే
అన్నయ్యా అంటూ ఇలా వచ్చి వాలిపోతాడు.

అదృష్టవంతుడు వాడా నేనా అంటే..
ఊళ్లోనే ఉన్నందుకు వాడు
వాడికి అన్న నైనందుకు నేను
ఇద్దరం అదృష్టవంతులమే ...
వాడెప్పుడైనా నా మీద కోప్పడితే
నాకు సిగ్గనిపించదు

బాధ్యతలు తెలిసినవాడి కోపం
నాకున్న బాధ్యతల్ని గుర్తుచేస్తుంది

అమ్మ పేగు వాడిని నాకు తమ్ముడ్ని చేసింది గానీ
వాడొక్కడే నా మనసెరిగిన నిజమైన స్నేహితుడు.

(తమ్ముడు మధుకి ప్రేమతో)

నాన్న ఎందుకో వెనకబడ్డాడు

అమ్మ తొమ్మిది నెలలు మోస్తే
నాన్న పాతికేళ్ళు......
రెండూ సమానమే అయినా
నాన్నెందుకో వెనకబడ్డాడు.

ఇంట్లో జీతం తీసుకోకుండా అమ్మ
తన జీతం అంతా ఇంటికే ఖర్చు పెడుతూ నాన్న
ఇద్దరి శ్రమా సమానమే అయినా
అమ్మకంటే నాన్నెందుకో వెనకబడ్డాడు.

ఏది కావాలంటే అది వండి పెడుతూ అమ్మ
ఏది కావాలంటే అది కొనిపెడుతూ నాన్న
ఇద్దరి ప్రేమా సమానమే అయినా
అమ్మ కొచ్చిన పేరు ముందు
నాన్నెందుకో బాగా వెనకబడ్డాడు

ఫోను లోనూ అమ్మ పేరే
దెబ్బ తగిలినప్పుడూ ... అమ్మా అనే పిలుపే
అవసరం వచ్చినప్పుడు తప్ప
మిగతా అప్పుడు గుర్తు రానందుకు
నాన్న ఎప్పుడైనా బాధ పడ్డాడా ? అంటే ... ఏమో !
ఇద్దరూ సమానమే అయినా
పిల్లల ప్రేమ పొందడంలో తరతరాలుగా
నాన్న ఎందుకో చాలా వెనకబడ్డాడు

అమ్మకి మాకు బీరువా నిండా
రంగు రంగుల చీరలు బట్టలు
నాన్న బట్టలకు దండెం కూడా నిండదు !
తనని తాను పట్టించుకోవడం రాని నాన్న

ఎందుకో మాక్కూడా పట్టనంత వెనకబడ్డాడు.

అమ్మకి అన్నో కొన్నో బంగారు నగలు
నాన్నకి బంగారు అంచున్న పట్టు పంచె ఒక్కటే !
కుటుంబం కోసం ఎంత చేసినా
తగిన గుర్తింపు తెచ్చుకోవడంలో
నాన్నెందుకో బాగా వెనకబడ్డాడు !

పిల్లల ఫీజులు ఖర్చులున్నాయి అన్నప్పుడు
ఈ సారి పండక్కి చీర కొనొద్దంది అమ్మ
ఇష్టమైన కూర అని పిల్లలు మొత్తం తినేస్తే
ఆ పూటకి పచ్చడి మెతుకులతోనే ఇష్టంగా తినే నాన్న
ఇద్దరి ప్రేమ ఒక్కటే అయినా మా అమ్మకంటే
నాన్న చాలా వెనకబడ్డాడు

వయసు మళ్ళాకా ...
అమ్మైతే ఇంట్లో పనికి పనికొస్తుంది
నాన్న ఎందుకూ పనికిరాడని
మేం తీర్మానం చేసేసుకున్నప్పుడు కూడా
వెనకబడింది నాన్నే !

ఇంత నిస్వార్థ జీవి అయినా
నాన్న వెనకబడి పోవడానికి కారణం ఒక్కటే

ఆయన మా అందరికీ
వెన్నెముక కావడం !

కవినైపోతాను

ఇప్పుడో కవిత రాస్తాను
అది నీకూ నాకూ మధ్య వారధి అయ్యాకా
ఆ వారధి మీద నుంచి నీ గుండెల్లోకి
నిరంతరాయంగా ప్రవహించడానికి
ఓ కవిత రాస్తాను

నేలలాంటి నీ గుండెమీద
మాటల విత్తనాలు చల్లటానికి
ఆ విత్తనాలు విచ్చుకుని
మెత్తగా మొలకెత్తడానికి
ఆ మొలకలు పచ్చని పైరై ఎదిగి
నీ ఊహల గాలి సోకి ఊగడానికి
మరో కవిత రాస్తాను

ఇద్దరం పక్క పక్కనే కూర్చొన్నప్పుడు
మన ఒంటరితనం మీద
దూరంగా ఉన్నప్పుడు మన ఊహాత్మక కలయిక మీద
ఏకాంతంలో ఉన్నప్పుడు నీ చెక్కిలి కాగితం మీద
నేను స్వప్నంలో తేలుతున్నప్పుడు
నిదురిస్తున్న నీ కనురెప్పల మీద
ఇంకో కవిత రాస్తాను

నా పిచ్చిని, వెర్రిని, ప్రేమని
నిన్ను, నన్ను ఈ లోకం నుంచి వేరు చేసి
సృష్టించిన మరో ప్రపంచపు పటం మీద
ఓ కవిత రాస్తాను

నన్ను కవిగా ఈ సమాజం
గుర్తించక పోయినా పర్వాలేదు
ప్రేమికుడిగా నువ్వు గుర్తిస్తే చాలు

ప్రియా...
నేను నిజంగానే కవినైపోతాను !

వాడేం మనిషి

నీకు విశ్వాసం ఉందా?
అనడిగాను.

ఛీ..ఛీ..
నేను కుక్కను కాను అన్నాడు.

బరువు బాధ్యతలు మోయడం తెలుసా?
అనడిగాను

ఛీ..ఛీ..

నేను గాడిదను కాను అన్నాడు.

ఛ..ఛ..ఛ..

వాడేం మనిషి..?

నగ్నత్వం

వేసుకున్న దుస్తుల్లో
ఆమె అర్ధనగ్నంగా ఉందని
హేళన చేస్తూ చెప్పాడు వాడు !

నిన్ను కన్నప్పుడు....
నీకు చను బాలు ఇచ్చినప్పుడు
ఆమె
పూర్తి నగ్నంగా ఉందని
చెప్పాను నేను !!

మన చూపు సరిగా ఉంటే
ఆమె దేహం ఎలా ఉన్నా
గాయపడదు !!!

అంతే !!

తెలుపో..నలుపో...
దేహాన్ని వడపోసుకోడానికి
నాకో రంగు కావాలి.

గనులో.. మణులో
నా దేహాన్ని మెరిపించే
కొన్ని మిణుగురులు కావాలి.

ఆకలో... కోరికో
ఈ దేహాన్ని ముందుకు నడిపించే
ఒక శ్వాస కావాలి.

అందమో.. వికారమో
ఈ దేహాన్ని గుర్తించే
ఒక చిహ్నం కావాలి.

భయమో.. ఆనందమో
ఈ దేహాన్ని మెలిపెట్టే
ఒక స్పర్శ కావాలి.

ఆకాశం నా వైపు
ఉరిమి చూసినప్పుడు
ఇదే...దేహాన్ని దాచుకోడానికి
ఇప్పుడు...
కొంత నేల కావాలి !!!

బామ్మ

జీవితాన్ని కాళ్లతో
వెనక్కి నెడుతూ...
తను ముందుకు
నడుస్తున్నప్పుడు
గుచ్చుకున్న ప్రతి ముళ్ళునీ...
పిన్నీసుగా చేసి
చేతి గాజులకి తగిలించుకుంది !

పిల్లల కోసం ఒంటరిగా
కొండలు గుట్టలు ఎక్కుతున్నప్పుడు
అడ్డుపడి ఆపుతున్న
ఎదురు గాలులను మచ్చిక చేసుకుని
చర్మంపై ముడతలుగా
పచ్చబొట్టు పొడుచుకుంది !

తన నుదుటి మీద
రూపాయి కాసంత వెడల్పుగా
వెలిగించుకున్న తరువాతే
సూర్యున్ని రోజూ...ఆకాశంలోకి వదుల్తుంది !!

రోజంతా పొయ్యిలోపల కట్టెగానో...
ఇంటిగూట్లో దీపంగానో...
తాత ఫోటో దగ్గర జ్ఞాపకంగానో...
మనవళ్ళు మనవరాళ్ళ మీద బెంగగానో...
వెలుగుతుంది !

ఇప్పుడు తన దగ్గర ఎవరున్నారని......?
చీకటి పడితే
భయంతో ఒంటరిగా నిద్రపట్టక

నాన్న ఎందుకో వెనకబడ్డాడు

మరణాన్ని చూరుపై
లాంతరుగా వేలాడదీసి
తోడుగా పడుకోమంటుంది !!

కుటుంబం కోసం
తన బతుకులోని రంగులన్నీ కరగదీసి
వాటికి ఇంకొన్ని రంగులద్ది
పిల్లల జీవితాలకి కొత్త బట్టలుగా తొడిగి
తెల్లని ఎల్లగా మిగిలిపోయింది...
బామ్మ!!!

రోజూ లాగే...
గుమ్మం దగ్గర కూర్చుని
పిల్లల కోసమో, చావు కోసమో
ఇంకా దేని కోసమో... తెలీదు!!!
రాత్రి దాకా
ఎదురు చూసీ...చూసీ...
ఎంతకీ రావని మౌనంగా లోనికి పోయి
తలుపులు మూసుకుంది.

తెలవారుతూనే...
ఏడుపులు
పాపం బామ్మ!
పాడుబడ్డ 'ఇంట్లో'...
ఉండలేక వెళ్ళిపోయింది !!!

కస్తూరి విజయం | 48

జ్ఞాని

ఒకసారి
రోడ్డుమీద
రూపాయి కాసు
తగిలింది...

అటూ..ఇటూ... చూశాను
ఎవరూ కనబడలేదు !

దేవుడు అది నీదే అన్నాడు
ఆనందంగా తీసుకుపోయాను !!!

అదే రోడ్డు మీద
ఈసారి.....
ఎదురు దెబ్బ

దేవుడికి కృతజ్ఞతలు చెప్పి

అంతే ఆనందంగా...

గాయాన్ని కూడా
మోసుకుపోయాను!!!

మాసిపెట్టె

పొలం పనిలో మట్టితో
నిండిపోయిన నాన్న చొక్కా!

చిన్న తమ్ముడు లాల పోసి
తడిపేసిన తాతయ్య పంచె !
పొయ్యి దగ్గర వేడికి
చమటతో బరువెక్కిన అమ్మ చీర !

ఇంకా...
ఆటలాడుతూ కింద పడ్డప్పుడు
బాడైపోయిన నా లాగూ చొక్కా !

ఇలా అన్నీ...
కలగూరగంప లాంటి
మా మాసిపెట్టెలోకి చేరిపోయాకా...

ఆ గది వైపుగా వెళ్తేచాలు
కోటి సువాసనలు నా ముక్కు పుటాలను
ముంచి
మనసును ఆక్రమించేసేవి !

ఏముందీ...? మాసిపెట్టెలో అంటే...!
అందరి కష్టం ఒకేచోట గుమిగూడిన చరిత్ర !
మట్టివాసన మనసు వాసన కలిసిపోయిన
కొన్ని జ్ఞాపకాలు !

ప్రకాశ్ నాయుడు పనసకర్ల

ఇదంతా ఒకప్పుడు ... !
ఇప్పుడు తాతయ్య లేడు
తమ్ముడు, నేనూ నగరానికి వలసొచ్చేశాం!

చాకలి నర్సమ్మ నెలవంకై వంగిపోయింది.

ఇంట్లో ఉన్న ఇద్దరి బట్టలు
అమ్మ ఏరోజుకారోజే ఉతికేస్తుంటే ...
మాసిన బట్టలు కరువైన మాసి పెట్టెకి
ఇంట్లో చోటు కూడా కరువై
డాబా మీదకి చేరి
ఎండకి ఎండుతూ... వానకు తడుస్తూ ... అనాథై
కొన ఊపిరితో కొట్టుకుంటోంది !

మొన్న ఊరెళ్ళినప్పుడు
పాడుబడ్డ మాసిపెట్టెను బాధతో చూస్తుంటే..
ఒరే నానీ ....
స్నానానికి వేడి నీళ్ళు పెట్టాను, రా.... అన్న
అమ్మ అరుపులు వినబడి

రాత్రి ప్రయాణంలో మాసిపోయిన చొక్కాను
ఒంటి మీద నుంచి
అప్రయత్నంగానే తీసి మాసిపెట్టెలోకి
గబాల్న విసిరి వెళ్ళబోయేంతలో
ఎవరో...
కొత్త ఊపిరి తీసుకున్నట్టు ఓ నిట్టూర్పు

నాన్న ఎందుకో వెనకబడ్డాడు

వెను దిరిగి చూస్తే...
పాతింటికి కొత్త రంగు అద్దినట్టు
మా 'మాసిపెట్టె'
వెలిగి పోతోంది!

ప్రకాశ్ నాయుడు పనసకర్ల

నీటి శబ్దాలు

మన నరనరాల్లో ప్రవహిస్తున్నది
రక్తం కాదు
శ్రమరంగు పులుముకున్న నీటిశబ్దం !

దు:ఖం కరువు ప్రాంతంలో
కుమ్మరింపబడుతున్న వర్షమైతే...
ఆనందం. రెండు పచ్చని ఆకులు
పురుడు పోసుకున్న ఒక కొమ్మ !
దుఃఖం, ఆనందం అంటే
బుగ్గలమీద రెండు పచ్చబొట్లు
కలిసి మాట్లాడుకుంటున్న నీటి శబ్దం !!

కాలానికీ కన్నీళ్ళుంటాయి
ఆ కన్నీటి పేరు ఉప్పెనఅని తెలిసినప్పుడు
గుండెల్లోకి గోదారి
ఒక్కసారిగా భళ్ళున ఉరికిన నీటి శబ్దం !

మట్టిలో నిద్దరోతున్న విత్తనం
చీకటిలో పై పైకి చీల్చుకొచ్చి
సూర్యుడి ముందు పచ్చగా...
తన లేలేత రెక్కలు విప్పుకుంటున్నప్పుడు
ప్రకృతి పరవశం ఆ రెక్కలపై
మంచు బిందువై వాలి ముద్దాడిన నీటి శబ్దం !

నా కడుపులో ఆకలి
అమ్మ కడుపుతీపై ప్రవహిస్తున్నప్పుడు
మట్టి పొయ్యిమీద గబగబా
ఉడుకుతున్న అన్నం
నాకు మాత్రమే తెలిసిన అమ్మ కన్నీటి శబ్దం !!

నాన్న ఎందుకో వెనకబడ్డాడు

తడి లేనిది గుండెల్లో కావచ్చు
ఉన్నా నీకది తెలియకపోవచ్చు
నీలోనూ తడి ఉందని తెలిపే
ఒకానొక దుఃఖం రాజేసిన సందర్భమే
కొన్ని అలలు తీరంచేరి
గట్టును దీనంగా తాకుతున్న నీటి శబ్దం !

ఉమ్మనీటిలో పుట్టి
కన్నీటిలో ఈది
నీటిలో కలిసిపోయి...
నేలలోకి విత్తనమై చేరి
ఎవరి కడుపునో కాయైకాసి
ఎవరి కుదుపుకో పండై రాలిపోవడం
జన్మ జన్మలుగా సాగుతున్న
కుటుంబ వ్యవసాయంలో

బతుకంటే...

జీవితంలో ప్రతి మనిషీ
రెండుసార్లు తప్పకుండా
చేసే మైలస్నానపు నీటి శబ్దం !!!

ద్వేషి

మందు దేముంది ... ?
మంచినీళ్ళతో కలిసిపోతుంది.!

కానీ మనసే ...
నీతో తప్ప... ఎవరితోనూ కలవనంటుంది.!

గాయాలన్నీ...గతాలే
అందుకే... శరీరం మీద కనిపించవ్!
హృదయం లోనే దాక్కుని ఉంటాయ్!

నువ్వు దూరమైనప్పుడే... మరణించాను!

శవంలా బతకలేనందుకే
ఈ బాధంతా!

ఒకవేళ మరచే మనసుంటే...
నిన్ను గుర్తు పెట్టుకుని
నన్ను మరచి పోవడమే నాకిష్టం!

గుర్తొచ్చినప్పుడల్లా
గుండెల్లో మళ్లీ మళ్లీ పొడుస్తున్నావు చూడు

నా భయం అంతా...
నీకు గుచ్చుకుంటుందనే!

పోనీలే... నువ్వైనా బాగుంటే అంతే చాలు!

నాన్న ఎందుకో వెనకబడ్డాడు

ఈ వేళకి... మరువలేని కొన్ని మాటలు
చెప్పి
మబ్బులతో కలిసి కరిగి నిద్రపోతా!

తెలవారి వచ్చే సూర్యుడికి నన్ను లేపొద్దని చెబుతావా
ఈ లోకాన్ని చూస్తే
మళ్ళీ మళ్ళీ నువ్వే గుర్తొస్తున్నావ్.

అమ్మ కేమీ తెలీదు

నిజమే అమ్మకేమీ తెలీదు
ఆడదై పుట్టినందుకు
నీకు అన్నీ అమర్చి పెట్టడం తప్ప
అమ్మకేమీ తెలీదు!

నువ్వు తిన్న కంచంలో మిగిలిపోయిన
ఆ నాలుగు మెతుకుల్నీ చూసి
ఈరోజు నా కొడుకు సరిగ్గా తినలేదని
తెగ బాధ పడిపోవడం తప్ప
అమ్మకేమీ తెలీదు!

అందరికీ దగ్గరుండి
కొసరి కొసరి వడ్డించి
తను తిందో లేదో మరచిపోయిన అమ్మకి
తను తినలేదన్న విషయం గుర్తొచ్చినప్పుడు
అమాయకంగా నవ్వుకోవడం తప్ప
అమ్మకు ఇంకేమీ తెలీదు!

వెయ్యి నొప్పులు మోసి నిన్ను కన్న అమ్మని
గాజులు తొడుక్కుని కూర్చున్నావంటూ..
నువ్వు హేళనగా మాట్లాడినప్పుడు
అన్ని నొప్పులతో పాటూ ఈ నొప్పిని కూడా
నేలై మోయడం తప్ప అమ్మకి ఇంకేమీ తెలీదు!

నువ్వు చంద్రుడు, నాన్న సూరీడు
అని తెలిసిన అమ్మకు
ఆ ఇద్దరినీ మోసే ఆకాశం తనేనన్న నిజం
అదేంటో అమ్మకి ఎంతకీ తెలీదు!

నాన్న ఎందుకో వెనకబడ్డాడు

ఒక్కసారైనా సెలవు తీసుకోమ్మా అంటే
ఒకేసారి సెలవు తీసుకుంటానని చెప్పిన అమ్మకు
కుటుంబాన్ని ప్రేమించడం తప్ప
తనని తాను ప్రేమించుకోవడం అస్సలు తెలీదు!

నీతోపాటు నాన్న కూడా ఆకలని ఏడుస్తుంటే
చెరో స్తన్యం ఇచ్చి ఒకేసారి తల్లై
ఆకలి తీర్చడం తప్ప
అమ్మకసలు ఏం తెలుసని?

ఇంత పెద్ద ప్రపంచాన్ని
నీకు పరిచయం చేసిన అమ్మకు
తన ఇల్లు, కుటుంబం
అనే చిన్న ప్రపంచం తప్ప
అమ్మకు ఇంకేమీ తెలీదు!!!!

చూపు

ఆకలికి దేహం చాలు
చావుకి అది కూడా
అవసరం లేదు

★★★

పాదాలు ఎప్పుడూ చెప్పవు
ఎన్ని అడుగుల మేడ కట్టాయో
ఈ నేల మీద

★★★

ప్రాణులన్నీ బతకాల్సినవే
ఇకనైనా అడవిని ఆక్రమించకు

★★★

అప్పుడప్పుడూ
చీకటితో
ఓ కన్ను మూసి మాట్లాడు

★★★

ఎప్పుడైనా
ఆరడుగుల నీ నేలను
మౌనంగా స్మరించు

★★★

అంతేనా !

చుక్కలతో జతకట్టు
గింజల్ని లెక్క పెట్టు
నీడల్ని బతకనీ
సూర్యుడ్ని ఆరనీ
చంద్రుడ్ని వెలగనీ
తోక చుక్కల్ని రాలనీ

★★★

నాన్న ఎందుకో వెనకబడ్డాడు

ఎవడి గురించో చెప్పమని అడక్కిప్పుడు!

బతికున్నవాడే దిగజారుతాడేమో!
పోయేవాడెప్పుడూ పైకే!

వాడు చెత్తోడు కాదు

వాళ్ళకు దేశమంతా ఇల్లే
ఊడ్చి శుభ్రం చేస్తారు
వాళ్ళకి ప్రజలందరూ బిడ్డలే
మనం ఛీదరించుకున్నా వాళ్ళు ఆదరిస్తారు.

భరించలేని చెత్తకుప్ప దగ్గర
మనం ముక్కులు మూసుకుంటే అక్కడే వాళ్ళు ముద్దలు కలుపుకుంటారు

మనం అక్కడ పోసిన ఉచ్చలు ఉమ్ములు
అన్నీ చేతులతో ఎత్తిపోస్తారు చూడు
అప్పుడు అర్థమవుతుంది ...
మనం ఇంకా ఎదగని పసిపాపలమేనని
వాళ్ళు ఎంతో ఎత్తుకు ఎదిగిన
పెద్ద మనసులని

నెలకోసారొచ్చి
అమ్మా! చెత్తబండోడ్ని వచ్చానని పిలిస్తే
చెత్త విసిరేసినట్టే ఓ చూపు విసిరేస్తావ్ చూడు
అప్పుడు కూడా ఆ చెత్తనేరుకునే
అతడు వెళ్తాడు ...

నువ్వు విసుక్కుంటూ ఇచ్చే ఆ పైసలు
వాడికోపూట తిండికూడా పెట్టలేవు
నువ్వియ్యకున్నా వాడాపని మానడు
పైసలకంటే పనే ఎక్కువ వాడికి

నాన్న ఎందుకో వెనకబడ్డాడు

చేయాల్సిన పనికి అడక్కుండానే
లంచమిచ్చే మనం
ఎవడూ చేయలేని పని చేసే వాడికి మాత్రం
ముష్టి పడేస్తాం.

వాడొక్కరోజు రాకపోతే మనమంతా
ముక్కులు మూసుకుని
కాపురాలు చేయాల్సిందే

చెత్తోడొచ్చాడని ఇంకెప్పుడూ చెత్తగా వాక్కండి
నువ్విచ్చే చెత్తను అపురూపంగా
స్వీకరించే అతని చేతులను తాకి
మనసులోనైనా ఓ నమస్కారం చేయండి

ఎందుకంటే ...

మన మాలిన్యాన్ని తాను తీసుకొని
మనల్ని పునీతులుగా ఉంచేవాడు...

మనకెప్పుడూ ... గురువుతో సమానం !

కరోనా

సమాధులు, మనుషులూ సమానమవుతారేమో కానీ
మనుషులంతా ఎప్పటికీ సమానం కారు

నేల అందరికీ ఆరడుగులే ఇచ్చినా
ఒకడు ఉన్నోడు, మరొకడు పేదోడు
ఎలా అవుతారో తెలీదు

దూడ ముందే ఆవుని
పిల్ల ముందే మేకని చంపడం నేను చూశాను
మనిషికి ఇప్పుడా చివరి చూపు కూడా లేదు

రోగం వచ్చినప్పుడే కాదు రాకముందు కూడా
అదే దూరం
మనుషుల మధ్య

ప్రపంచం చెత్తతోను, మనుషులతోనూ
నిండిపోయింది
మంచి లేదు చెడ్డా లేదు!
కాలం రోగమనే చీపురు పట్టింది!

మనమంతా తెలుసుకోవాల్సిన సమయమిది
ఎల్లప్పుడూ మనిషి ఒక్కడే బలవంతుడు కాదు అని!

చూశావా విచిత్రం
తల్లీబిడ్డల మధ్య కూడా అంటరానితనం ఇప్పుడు
ఇంతకంటే గొప్ప దు:ఖం ఏమీ ఉండదు

నాన్న ఎందుకో వెనకబడ్డాడు

నింగి మీద మేడలు కట్టే ఎత్తులు వేస్తున్న మనిషి
నేల మీద ఏం సాధించాడో తెలుసా

'అశాంతి'

కోడె దూడలు

ఏమో ఎందుకో తెలీదు
ఆ రోజు చాలా బాధనిపించింది

నా వయసు చిన్నదే ఐనా...
ధైర్యం చేసి తాతయ్యని, నాన్నని పట్టుకుని
గట్టిగా తిట్టెయ్యాలనిపించింది
వాళ్ళిద్దరి కాళ్ళూ పట్టుకుని
ఒద్దని ఏడవాలనిపించింది

బేరానికొచ్చిన వాడిని బతిమిలాడుతూ...
చేతులు జోడించి వేడుకోవాలనిపించింది
కనీసం అమ్మనైనా నాన్న వాళ్ళకి చెప్పమని
గట్టిగా అడగాలనిపించింది

అక్కడే నిలబడి అదంతా చూస్తున్న నా కళ్ళల్లో...
వెలుగులేని నీడేదో పరుచుకుంది!
ఇప్పుడు బాధపడుతున్నది ఇద్దరమే...
ఒకటి నేనైతే....రెండు ఆవు!

బండిలాగడం నేర్చుకున్న ఆ రెండు చిన్నెడ్లు
యజమానికి, బేరగాడికి మధ్య నలిగిపోతున్నాయ్!

ఒకవైపు తల్లిని..., మరోవైపు తాతయ్యని చూస్తూ
ఎంతో బాధని ఒలకబోసుకుంటున్నాయ్

ఆ మాటలురాని జీవాలని అమ్మడానికి
తాతయ్యెన్ని మాటలు చెప్పాడో... బేరగాడికి!
బేరం ఐపోయింది!
కవిసీకర్ర తీసుకుని అక్కడి నుండి

నాన్న ఎందుకో వెనకబడ్డాడు

కదలలేకపోతున్న వాటి మనసు మీద
చురుక్కుమనిపించాడు కొత్త యజమాని .

పిల్లల కళ్ళల్లో నీళ్ళు చూసిన ఆవు
తాడు తెంపుకునెళ్ళి
వాటిని తీసుకెళ్ళొద్దంటూ అడ్డం పడి తనివితీరా
తన రెండు పిల్లల్ని అలా... నాకుతూనే ఉంది.

పాలు సేపాకా పొదుగు దగ్గర పిల్లల్ని
బలవంతంగా లాక్కుపోయినట్టే
తాతయ్య ఇప్పుడు ఆవుని కూడా లాగేశాడు

కదలలేక కదులుతున్న వాటి వీపు మీద
మా సందు చివరి వరకూ
చర్నాకోలు చప్పుడు వినిపిస్తూనే ఉంది!!

ఓ వారం రోజులు మేత, నీళ్ళూ
సరిగ్గా ముట్టుకోలేదు ఆవు!

అప్పుడర్థమైంది
ఆడపిల్ల ఇంటికి బరువని
కోడె దూడలు యజమానికి బరువని

పెట్టుబడి తప్ప రాబడిలేనిచోట
మనిషికెప్పుడూ
మానవత్వం ఉండదని

కస్తూరి విజయం | 66

ప్రకాశ్ నాయుడు పనసకర్ల

ఆ దృశ్యాన్ని తలచుకుంటూ...
రోజంతా దేవుడి పటం ముందు
వెక్కి వెక్కి ఏడ్చాను

ఏమయ్యిందో తెలీదు!
ఆ తరువాతెప్పుడూ...
మా ఆవుకు కోడెలు పుట్టలేదు!

మనవడు

నాకోసం ఎదురు చూసీ చూసీ నిదురపోయిన
వాడి కళ్ళల్లో నేనే
వాడి నిద్దురను భంగం చేయకుండా
వాడి కళ్ళముందు నిలబడిందీ నేనే
నేను వాడి గుమ్మాన్ని

రెక్కలను మెడచుట్టూ వేళాడదీసి వాడు నవ్వుతుంటే
వాడితోపాటూ మరో వంద సంవత్సరాలు
బతకాలని అనుకుంటానా...
ఉన్నట్టుండి వాడు ఆడుకోడానికి పరుగెట్టినప్పుడు
నేనక్కడ ఒంటరిగా మిగిలిపోతాను

వాడు చిన్నోడేకానీ, నా గుండెల్లో గడ్డ కట్టుకుపోయిన
జ్ఞాపకాలనన్నిటినీ వాడి నవ్వుల కవ్వంతో చిలికి
నా కళ్ళ నుండి కన్నీటి వెన్న తీస్తాడు

వాడి వెనుకనే నన్ను పరుగెత్తించి పరుగెత్తించి
కాలాన్ని వెనక్కి తిప్పి నన్ను నా బాల్యంలోకి
ఎలాగోలా లాక్కెళ్ళిపోతాడు

వాడికి నేను తాతనేగానీ – వాడు నాకు నాన్న!
నా శేషజీవితానికి వాడో అరుదైన కాలక్షేపం
వాడికి నేనో అపురూపమైన ఆటబొమ్మ....

నేను లేనప్పుడు ఏం చేస్తావూ? అని అడిగితే
తలెత్తి నింగివైపు చూస్తాడు..

నేను తిరిగి రానప్పుడు ఏంచేస్తావూ... అని అడిగితే

తలవంచి నేలని చూస్తాడు
మనం ఎక్కడున్నా ఆ రెండే మన హద్దులని
మౌనంగా చెప్పి...

ఒక్కసారిగా...నా గుండెను
వాడి గుండెతో... గట్టిగా హత్తుకుంటాడు!

కప్పుకునేది అదే

రాతిరి ఓ కుక్క
నిదురకి కాపలాగా కూర్చుని
మొరుగుతూనే ఉంటుంది!

వీధి ఓ శవం
తనని తాను సజీవంగా కదుల్చుకోలేక
మౌనంగా నీలుగుతూనే ఉంటుంది!

ఆకాశం ఓ స్మశానం
ఎన్ని ఆత్మలు అక్కడ
మిణుకు మిణుకు మంటూ మెరుస్తున్నాయో చూడు!

వీధి దీపం కింద నీడ
రేపటి వెలుతురును మోసి అలసిపోవడానికి
తీగలా ఊగుతూ సిద్ధంగా ఉంది!

ఇళ్ళన్నీ
మూసుకుపోయిన స్వరపేటికలు

కాలం కోడి పెట్టై
నల్లని కంటిగుడ్లని పొదుగుతున్నట్టు
కలలు...

అక్కడక్కడా వెలుతురు ఆరని కొన్ని గదుల్లో
నీలా నాలా కావుకావు మంటూ
నిదురపోని కొన్ని కాకులు

రాత్రి కాగానే
దేహంమీద మరో దేహాన్ని
కప్పుకుంటారు చాలామంది

నేను మాత్రం.... దేహం మీద
ఆత్మను కప్పుకుంటాను!

రోడ్డుమీద బతుకులు

నీ ఒక్కడి బతుకే
రోడ్డున పడినట్టు
ఆ ఏడుపేంటి...?

తెల్లారితే అందరి బతుకులూ
రోడ్డుమీదే...

పెద్ద చిన్న పేద ధనిక
భేదాలెక్కడున్నాయ్ చెప్పు
ఎవ్వరైనా...రోడ్డెక్కే
మొదలు పెట్టాలి జీవితాన్ని

రోడ్డెందుకు
నల్లగా చీకటిలా ఉంటుంది అంటే...
నువ్వు ఎలా వెళ్ళినా
వెళ్ళేది చీకటిలోకే అని చెప్పడానికి

రెండంచెల రోడ్డు ఏం చెబుతుంది?
వెళ్ళేదారి, వచ్చేదారి రెండూ
చీకటేనని

రోడ్డు మధ్య నిలువునా ఓ తెల్లని గీత...?
అది
నల్లని ఈ దేహాన్ని నడిపించే
ఆత్మగీత

రక్తం మరిగిన రోడ్డేం చెప్పింది
అది మనిషి తనమీద విదిల్చిన

ప్రకాశ్ నాయుడు పనసకర్ల

బురదని చెప్పింది
చెల్లాచెదురుగా పడిన దేహాల గురించి
రోడ్డేమంది?
కొన్ని బతుకులు రోడ్డుమీదే తెల్లారతాయంది !

బంద్ లు, ధర్నాలప్పుడు
రోడ్డేకదా మనకు ఇల్లయ్యింది!

ఐనా మన పిచ్చిగాని
ఇప్పుడు మనిషి నడవడానికి
మెత్తని నేలెక్కడుంది!
మనిషి మనసులాగా
కరుడుకట్టిన రోడ్లే అన్ని చోట్లా

అంతం ఉన్న జీవితాన్ని
అంతులేనన్ని మలుపులు తిప్పి
అనంతమైపోతుంది రోడ్డు

నువ్వొక్కడివే రోడ్డెక్కినట్టు
ఆ ఏడు పెందుకు!

తెల్లారాకా రోడ్డెక్కని
బతుకెవ్వడిదో చెప్పుముందు...?

విన్నపం

సరే....!
అయిపోయిందేదో అయిపోయింది.
ఇంకా ఎన్నాళ్ళీ శత్రుత్వం?

నువ్వు గెలిచినప్పుడు నేనో
నేను గెలిచినప్పుడు నువ్వో
విడిపోయిన మనసులని
చేతులుగా చాచి కరచాలనం చేసుకుందాం!

కాదంటావా!!

నేను మరణించినప్పుడు నువ్వో
నువ్వు మరణించినప్పుడు నేనో
తనివితీరా కనీసం చివరి చూపైనా
చూసుకుందాం!!!

కాదు...
పగే శాశ్వతం అంటావా...!
పద ఈరోజు ఇద్దరం కలిసి
ఓ వీధి నాటకానికి వెళదాం

అక్కడ వేదిక మీద
శత్రువులై చెలరేగిన పాత్రలు
వేదిక దిగగానే
చేతులు కలిపి హాయిగా
నవ్వుకోవడం చూసి వద్దాం!

ప్రకాశ్ నాయుడు పనసకర్ర

ఎవరమూ చెడ్డవాళ్ళం కాదు!
అలాగని
ఎవరమూ మంచివాళ్ళమూ కాదు!
మనమూ...నటులమే !!!!

జీవితమనే వేదికమీద
అనేకానేక పాత్రలు పోషిస్తూ...!

ఇంకా దూరం ఏమిటి మిత్రమా?

నాటకం అయిపోయింది
ఆ దుష్ట పాత్రలో జీవించింది
చాలుగానీ...
వేదిక దిగిరా మిత్రమా...

పాత్రలో

అద్భుతంగా ఒదిగిన నిన్ను
అభినందిస్తూ...

మనసారా హత్తుకోవాలని ఉంది!!!

చెట్టు – జీవితం

చెట్టు జీవితం
పూలంత అందంగా ఉండదు!
తెల్లని చినుకులు కురిపించే...
మేఘం రంగు ఎప్పుడూ...నలుపే!!

విజయం ఆకాశమే కావచ్చు.. కానీ..
అక్కడివరకూ చేర్చిన నీ పాదముద్రలను
ఎవరూ లెక్కించరు!

కొన్ని సార్లు నవ్వు అనేది
కన్నీరు అంత
రుచిగా ఉండకపోవచ్చు!

ప్రతీసారీ ఓటమి
దుఃఖాన్ని మాత్రమే
ఇవ్వకపోవచ్చు!

అనుభవం వచ్చేకొద్దీ...
అన్నిటిలోనూ
అందం మాత్రమే కనబడవచ్చు!!

పూవుల వల్లనే
చెట్టు అందంగా కనబడుతుంది

కానీ....

నిజానికి ఆ అందం చెట్టుది!
జీవితంలో అయితే... మనిషిది!!

ధ్యానం

కాలం
మనిషికి చెల్లించే..
దినసరి వేతనం
ఆయుష్షు

★★★

దీపం
పడుచు పిల్ల
హొయలు పోతూ..
వెలుగుతూ...

★★★

మనిషి
జీర్ణించుకోలేని
ఒకే ఒక్క ఆహారం
మరణం

★★★

నావను
మోస్తున్న నది
గర్భవతి

★★★

ఊహలన్నీ
ఖర్చులేని
ప్రయాణాలే!

★★★

చీకటిలో...
నిలబడ్డ ఆకలి పేరే
వేశ్య

★★★

నాన్న ఎందుకో వెనకబడ్డాడు

ప్రపంచం
నీ కనులముందు
ఎల్లప్పుడూ...మెరిసే
సందేశం

★★★

చితిలో...
ఎలాగూ...వెలుగుతాం
మరి
బతికున్నప్పుడో...

★★★

ఇటు రాగలవా
ఒకసారి!

★★★

చీకటిలోనికి వెళ్లి
సూర్యుడినో...
చంద్రుడినో...
వెతికి తెచ్చుకుందాం!

కొన్ని

రాత్రంతా...
ఒకటే కల
తెల్లవారి పోయినట్టు!
కన్నులు దొంగిలించ బడ్డాయి!

ఆకలిమీద
నీరు పోసి చల్లార్చాను
అమ్మ నా దగ్గరుంటే...
ఆ నీటిలో అన్నం ఉడికేది!

ప్రపంచమంతా
నిదురలోకి పోయి
నన్ను ఏకాకిని చేసింది
గట్టిధైర్యం చెప్పడానికే!

దేవుడు నాతో
ఎప్పుడూ మాట్లాడలేదు
మాటలు వచ్చినా...
మాట్లాడడం ఇంకా పూర్తిగా
నాకు వచ్చి ఉండకపోవచ్చు!

ఆమె
నా గుండెలమీద
కాలువేసి గెంతి వెళ్ళిపోయింది!
ఒక రాత్రి తరలిపోయిన
అనుభూతి!

నాన్న ఎందుకో వెనకబడ్డాడు

పంచ భూతాలకంటే...
కావలసిన వారు
ఎవరూ...లేరు
నీకైనా..., నాకైనా!

ఎక్కడ బతకాలో కాదు
ఎప్పుడు చావాలో కూడా
మనమే నిర్ణయించుకోవాలి!

కాలం మారింది!

నాగరికతంతా...
అక్కడే ఆగిపోయింది
మూగజీవాల
గొంతు కోయడం దగ్గర!

ఎక్కువగా కలలు కనకు
మిత్రమా!

మనుషులు
శాంతిమీద
ప్రయోగించబడే...
ఆయుధాలు!!

వర్షం ఎవరో కాదు

చెట్టు కూలిపోయిందని
పిట్ట నేల ఏడుస్తున్నాయి
మనిషికి సంతోషం
తనమీద పడనందుకు!!

బావిలో...ఆకాశాన్ని
చిందర వందర చేసేసింది
కప్ప
వర్షం పడిన ఆనందం లో
అటూ ఇటూ గెంతి!!

రోడ్డు మీద విగ్రహాన్ని
కడిగి పారేసిన వర్షం
ఆ నాయకుడి జీవితం మీద
పడ్డ మచ్చను మాత్రం
కడగలేకపోయింది

వాకిట్లో కళ్ళాపి చల్లి
ఎంత సాయం చేసిందో వర్షం
అమ్మ ముగ్గు వేస్తే చాలు
ఈ పూటకి

దేహం నిలువెత్తు చెట్టై తడిసి
మెదడులో పచ్చదనం
పురి విప్పింది కదూ!

నాన్న ఎందుకో వెనకబడ్డాడు

వర్షం ఎవరో కాదు!
నేలలో దాక్కున్న విత్తనాలకు
పురుడు పోయడానికొచ్చిన
మంత్రసాని!!!

ప్రకాశ్ నాయుడు పనసకర్ల

నిశ్శబ్దం

ఆకలి నిండా
బతుకు వాసన
జీవితం
ఉడుకుతున్న పొయ్యి!!

పడుకున్నప్పుడు
తల నిమిరింది రాత్రి
అందుకే...
జుట్టంతా నల్లని రంగు!!

మానవత్వమున్న
మనిషి కనిపించాడు
ఆ కొంత సేపూ
ఊపిరాడని లోకం!!

దేవుడేసిన రంగే
మన ముఖాల మీద
నాటకం చివరి వరకూ!!
కొత్త రంగులెప్పుడూ
ప్రకృతికే...!!

ప్రపంచం ఒక పాత చెప్పు
ఎన్నిసార్లైనా... తెగుతుందే కానీ... తరగదు!!

నీలోపల ఉన్న మనిషినీ
మృగాన్నీ చంపేయ్!

ఆ తరువాత...మిగిలిన వాడి పేరే దేవుడు!!

తెలుపు

చాకలి వచ్చాడు
మాసిన బట్టల్ని మూటగట్టి
మల్లెలు చేసి తెచ్చాడు

ఈసారి
అతనొచ్చినప్పుడు

మనసునూ...మూటకట్టి వేయాలి!!

మల్లెలు చేసి తేవడానికి!!

పట్ట భద్రుడు

నువ్వు చదివిన బడికి
నాలుగు గోడలు!

వాడు చదివిన బడికి
నాలుగు దిక్కులు!

వాడు ధ్రువీకరణ పత్రం అవసరంలేని
ఉన్నత విద్యా వంతుడు !!

లోపలి మనిషి

లోకం
నా వాకిలి ముందు
పెట్టిన రంగుల ముగ్గు!

అనుభవం
నా భుజం మీద నిలబడిన ఓ
అదృశ్య హస్తం!

జీవితం
ఈ దేహం తొడుక్కున్న
లాగూ .., చొక్కా!!

ప్రయాణం
ఆకాశంలోకి తీసుకుపోయే
ఒక రహదారి

ఆమె....
నా హృదయంలో నివసించే
ఒక రహస్య శవపేటిక!!

నేనొక
లోపలి మనిషి!!

ఏకవచనం

నువ్వు ఒక్క మనిషివే
అంటారు చాలా మంది.
కానీ...
నువ్వు ఒక్కొక్కరికీ..
ఒక్కో మనిషివంటాను నేను!

అంతే కాదు

కొన్ని సార్లు ఒకే మనిషి జీవితంలో..
అనేక మనుషులం కూడా మనం!

చాలా సార్లు నీకు తెలిసి
నువ్వసలు మనిషివే కాదు!

నీ గురించి తెలియని వారికి
చాలా సందర్భాల్లో నువ్వు మనిషివి కాదు
దేవుడివి!

అందుకే ..

ఎవడన్నా నిన్ను పశువని తిడితే..
లోపల ఒప్పుకుని నవ్వుకుంటూ...
పైకి కోపంగా నటించిన సందర్భాలూ...

ఎవరన్నా నిన్ను దేవుడని
పొగిడినప్పుడు
పైకి నవ్వుతూ
లోపల సిగ్గు పడ్డ సందర్భాలూ
అనేకం!

నాన్న ఎందుకో వెనకబడ్డాడు

అవతలి వాడు అసహ్యించుకునే..
అసలు మనిషిని దాచేసి
వాడిలాగే..
నవ్వుతూ... నటిస్తూ... మాట్లాడే
దొంగ మనిషివి!

మనిషంటే
ఏకవచనమే కానీ...
నిజానికి ఏకవచనం లోపల
దాగున్న బహువచనం!!

వాన

ఒకటే సొద
దారంతా...!
మాట్లాడుకుంటూనే ఉన్నాయి
గొడుగు వాన!

ఎన్నిరోజులు పడుతుందో పాపం!
తడిసిన అమ్మ కష్టం
తీగ మీద ఆరడానికి!

అల్చిప్పలే కాదు
మ్యాన్ హోల్స్ కూడా
నోరు తెరిచాయి
చినుకు తప్ప
మనిషి ముత్యం కాలేదు!

రెడ్ సిగ్నల్ పడినా
ఆగలేదు!
చౌరాస్తా దగ్గర వర్షం!

బరువు దింపుకొని
ఆకాశం తెల్లబడింది
వంగిన మొక్క ఇప్పుడు
మనిషి!

చేనే... చెరువై
ఈదమంది!
రైతును ముంచేసిన

నాన్న ఎందుకో వెనకబడ్డాడు

స్నేహితుడు వాన !

వీధి కుక్కలు
నక్షత్రాలై మెరిసాయి
వాన తల్లై
స్నానమాడించింది!

రోడ్లు కాలువలయ్యి
మనుషులు..చేపలయ్యి..
గొడుగులు...కలువలయ్యి...
వానకు విచ్చుకున్న కొన్ని దృశ్యాలు!

ఇంకా ఏం రాయాలి?

ఇంతగా...
పుస్తకం తడిసింది
వర్షం వల్లే కదూ!!

నిజమూ – నిట్టూర్పు

దేశం
నీ బతుకును
కొనుక్కునే దుకాణం

ప్రపంచం
నీ చూపును కబళించే వేశ్య

స్మశానం
నీ బతుక్కి పంచనామా
నిర్వహించే వైద్యుడు

దుఃఖం నువ్వు తాగిన
ఇతరుల కన్నీరు

జీవితంతో
నువ్వు సరిగ్గా రమించకపోయినా
దేహం నీ ఆత్మను స్కలిస్తుంది.

నీకంటే...
వీధి దీపమే నయం కదూ!
ఒంటరిగా నడిచే మనిషి కోసం
చీకటిని నీడగా చేసి కొంత దూరం
తోడుగా పంపుతుంది

ఎందుకో ...
ఈరోజు అంత బెంగగా లేదు
దేహాన్ని నిదురకు
పూర్తిగా అప్పజెప్తున్నా... కావచ్చు!!

దీపం

దీపం
చీకటిని పొదిగి
నీడగా మారుస్తుంది!

ఆకాశం
నేలను వర్షంతో చిలికి
పచ్చదనాన్ని తీస్తుంది!

నక్షత్రాలు
నిద్దురపోని నీ కనుగుడ్లై
రాత్రంతా మెరుస్తాయి!

కోడి కూసిన కొంత సేపటికి
సూరీడొచ్చి ఆకాశంలో...
ఓ కొత్త బొమ్మ గీస్తాడు!

ఆ బొమ్మకి
మరింత జీవాన్నివ్వడంకోసం
పక్షుల గుంపు ఒకటి
ఆకాశం లోకి ఎగురుతుంది!!

కాలం ఒక దీపం

నువ్వే నడుస్తున్నప్పుడు
కాలం ఆగదు
కాలాన్ని మోసేది
ఆకాశం కాదు..... గోడ!

కాలం అంటే మనిషి కాదు...
ఓ చెట్టు!
కాలం అంటే
అమ్మ కడుపులో కదిలే బిడ్డ!
కాలం అంటే
నేలపై పరచుకున్న ఆకాశపు నీడ!

నువ్వేటైనా కొట్టుకుపో
కాలం ఓ ప్రవాహం!
నువ్వు ఎంతసేపైనా సేద తీరు
కాలం ఓ సముద్రపు గట్టు!

నువ్వు ఎంత గొప్పగానైనా నిందించు
కాలం నీ ప్రేయసి!
నువ్వసలు పలకరించకు
అయినా సరే...కాలం నీ స్నేహితుడు!

కాలం అంటే గడియారం కాదు... ఊపిరి!
లోపలికి బైటికి తిరుగుతూ...
పూర్తిగా బైటకు వెళ్ళే మార్గాన్ని
నిర్మించుకునే జ్ఞాని!

నాన్న ఎందుకో వెనకబడ్డాడు

కాలం నీ లోపలి దీపం
కళ్ళు తెరుచుకునో మూసుకునో..
కాలం చేసేలోపు
నువ్వు ఒక్కసారైనా
దర్శించుకోవాల్సిన కాశీ!!!

మా ఇంటి అరుగు

ఎవరు కాదంటారు చెప్పండి
వీధి అరుగే పెద్ద మనిషి
మా ఇంటికి!

తాడిచెట్టంత నిచ్చెన్ని
ఒక మూలగా తన వీపు మీద జారేసుకుంది
పశువుల కోసం నాన్న కోసుకొచ్చిన
పచ్చని గడ్డిమోపు భారాన్ని తనమీదేసుకుంది

పొలం నుంచి ఎడ్లబండిపై తెచ్చిన ధాన్యం బస్తాలకు
గోడని అసరాగా చేసి లాటుగా పేర్చింది
మట్టి పట్టిన మా హీరో అట్లాసు సైకిల్ ని కూడా
బరకం కప్పిన బస్తాలకు కాపలాగా ఆన్చింది.

రెండు రోజుల ముందే పుట్టిన లేగదూడకు
గచ్చుమీద గడ్డి పరుపేసి కొంత చోటిచ్చింది.
పొలంలో నీళ్ళుతోడే కారేన్ని (కారెం)
తన పైకప్పు దూలానికి వేళాడదీసింది.

మోపులు కట్టే కట్లను
కొడవలి, కొన్ని కొంకులను
ఒక మూలగా దాచి ఉంచి
బస్తాలలో దాగి ఉన్న ధాన్యాన్ని
ఆకలితో చాటుగా పలకరించడానికొచ్చే
ఎలుకలకు, కోళ్ళకు నేస్తమైంది

ముఖ్యంగా....
మేం రేగడి మట్టి తెచ్చి బొంగరాలు చేస్తున్నప్పుడో...
అన్నం మెతుకులంటించి గాలి పటాలు తయారు
చేస్తున్నప్పుడో...
అరుగే మా నీడైపోయేది!!
తాతయ్య పడక్కుర్చీ గోడకు జారబడి
ఆ అరుగు మీదే తన ఠీవి ఒలకబోసేది!

ఎవరైనా చుట్టాలొచ్చినప్పుడు
తన గుండె మీద మర్యాదగా కూర్చోబెట్టుకునేది

సావిట్లోంచి వీధి అరుగుమీదకి ఉన్న బెజ్జంలో
పాము దూరిందని
ఆ బెజ్జంలో గుడ్డముక్క కుక్కినప్పుడు
దేహం నుంచి ఆత్మకున్న బ్రహ్మరంధ్రం
మూసుకుపోయినంత
బాధపడిపోయింది అరుగు!!!

వలస కూలీలంతా పొలం పనులకొచ్చినప్పుడు
వారి పడకకు విడిదై తల్లి పాత్రనూ పోషించింది!
పెళ్ళికో పండక్కో అమ్మలక్కల చేతి పిండివంటలకు
అ అరుగే పందిరైంది!!

మా ఊరిలో పెద్దరుగుల ఇళ్ళైతే
వీధికటూ ఇటూ నిలబడి
ఊరికి కాపలా కాస్తున్న సైనికుల్లా ఉండేవి

ప్రకాశ్ నాయుడు పనసకర్ల

సుద్దముక్కతో గడులుగీసి మేం ఆడే పులి మేక ఆటకు
మా అరుగే అడవయ్యేది!

ఐనాసరే అరుగు అరిగేది కాదు, బెదిరేదికాదు
మా ఇంటి ఆనందాన్ని, దుఃఖాన్ని
సమంగానే పంచుకునేది!

ఎంతని చెప్పను తనగురించి
గడపావలి బతుక్కి
గడపివతల రంగులద్దిన
ముగ్గుల ముఖచిత్రంలా ఉండేది
మా ఇంటి అరుగు!!!

గడియారం ముల్లు

మోసం చేసి
వెళ్ళిపోయిన వారిమీద
పగలు, ద్వేషాలు
కోపాలు ఏంటి?

ఉంటే...ఇంకా ప్రేమిస్తున్నట్టే కదూ!

గట్టు తెగి వరద నీటికి
దారిచ్చి సాగనంపినట్టు...

గుండె తలుపులు తెంచి
ఆమె జ్ఞాపకాల ప్రవాహానికి
ఎప్పుడో వీడ్కోలు చెప్పేశాను!

అయినా...
తన గురించి ఎందుకు
అడిగావ్ ఇప్పుడు?

వెళ్ళిపోయిన వాళ్ళని
తలచుకోడానికి
వాళ్ళ సమయమేమీ
వదిలి వెళ్ళలేదిక్కడ!

ప్రపంచమూ - ప్రేమ

ప్రేమలన్నీ... అబద్ధాలే!
అవసరాల్ని బట్టి
పగలుగా మారిపోతూ ఉంటాయ్!

మనుషులంతా మృగాలే!
ఒక్క దెబ్బ తగలగానే
కోలుకునే శక్తి ఉన్నా
పశువులై తిరగబడి పోతారు!

ఎంతమంది సూర్యుళ్లు రానీ...!
ప్రపంచమంతా
అమానవీయం అనే చీకటి!

అక్కడో.. ఇక్కడో...ఎక్కడో...
మానవత్వం పరిమళించే
కొన్ని మిణుగురుల వెలుగు!

అమ్మా... నాన్నేడీ..? అంటే
పనిమీద వెళ్ళాడని చెప్పొచ్చు

అన్నేడీ..అంటే..?
బైటకు వెళ్ళాడని చెప్పొచ్చు!

అసలు మనిషేడీ?
అని అడిగితే మాత్రం

జవాబు చెప్పలేను

నాలో కూడా ఏ మృగమో దాక్కుందన్న గుబులు!

అనుభవం

వాడంటూ..... ఉండేవాడు
చదువులో పరుగెత్తాలి
సంపాదనలో పరుగెత్తాలి
అందరినీ...దాటుకుని పరుగెత్తాలి
అందరికంటే ముందే పరుగెత్తాలి అని....!

చెప్పినట్టే వాడు పరుగెత్తి పరుగెత్తి పరుగెత్తి....
గమ్యాన్ని చాలా వేగంగా చేరుకున్నాడు!

నేను ఎప్పటిలాగే
నడుచుకుంటూ వెళ్తున్నాను..

వాడు నిద్ర పోతున్న చోటుకి...
నివాళి అర్పించడానికి !

యుద్ధం

వాడు వీడు
ఏదో ఒకరోజు
నేలకూలిపోతారు

ఈ లోపు
తొందర పాటుతో...
ఒకరినొకరు
కూల్చుకోవడమే
యుద్ధం

ప్రకాశ్ నాయుడు పనసకర్ల

స్వేచ్ఛ

కాలం గడియారమై
చేజారిపోతోంది
మనిషి చూపులోంచి!

ప్రపంచం కోసం బతికేవాడు
ఉదయం ఆకాశంలో సూర్యుడైతే...

రాత్రికి కొండ దిగి
వీధి దీపమౌతాడే కానీ...
మరణించడు!

మనిషి పుట్టుకే ఒక విప్లవం
మరచిపోయి ఉండొచ్చు కానీ,
నువ్వూ విప్లవకారుడవే!

దేశం నీదైనప్పుడు మాత్రమే
నీకు స్వాతంత్ర్యం

నాయకుడిదైనప్పుడు
కాదు!

ప్రపంచం మనిషి కోసం
రాసుకున్న ప్రార్థనా గీతం
ఆలపించక తప్పదు!

నాన్న ఎందుకో వెనకబడ్డాడు

సముద్రం
ఒక జీవితం కాదు
ఇంకిపోవడానికి
కొన్ని వందల కోట్ల
జీవితాల సమూహం!

పక్షులకు ఆకాశంలో
ఎంతవరకూ ఎగరాలో
తెలుసు!

మితిమీరిన స్వేచ్ఛతో మనిషే
అవసరాలకు మించి ఎగిరి
రెక్కలు విరిగి పడుతుంటాడు
నేలమీద

రెండూ నిజమే

నీవు లేవనే మాట
నా చెవి సోకినప్పుడల్లా
గుండెలో వినిపించే శబ్దాలు రెండు

నీవు రావనే నిజం
నాకు గుర్తొచ్చినప్పుడల్లా
శూన్యంలో వెలిగే నక్షత్రాలు రెండు

నీ గురించి ఎవరితోనైనా
మాట్లాడుతున్నప్పుడు
కన్నుల్లోంచి జారే అశ్రువులు రెండు

రెండూ నిజమే ప్రియా!

నీవు చీకటిలోకి నామీద అలిగి పోవడం!
నేను ఇక్కడే నీ జ్ఞాపకమై వెలిగి పోవడం!

వేసంకాలం

వర్షమే కాదు
ఎండ కూడా గట్టిగానే
తడుపుతుంది మనుషుల్ని!

నేలకు,చెట్లకు
ఎండ అసలు ఎండే కాదు
వాటికసలు చెమటే..
పట్టలేదు మరి!

నదిమీద దాడిచేసి
మింగేసిన ఎండ
సముద్రుడి జోలికి పోలేదు
ఆడదంటే...దానికీ లోకువే!

చెట్లను నరికిన వాళ్ళను
సేద తీర్చుతూ...
చలువ గది!
నీచ రాజకీయం నేర్చుకుని!

ఇల్లు ఉన్నవాళ్ళని
జడిపించిన ఎండ
రోడ్డే ఇల్లైన వాళ్ళని జడిపించలేక
సాయంత్రానికి నీడై
ఎగిరిపోయింది!

ఒంట్లో నీటిని మొత్తం
ఎండ ఆవిరి చేసేసింది.
ఎంత తాగినా

ప్రకాశ్ నాయుడు పనసకర్ల

చుక్క రావట్లేదు
పోయడానికి!

ఎండ నిజంగానే పాము
మూలుగుతున్న
మా ముసలాడిని
కాటేసి తీసుకుపోయింది!

రోడ్డుమీద మూగజీవాలు
ఏం తాగి
బతుకుతున్నాయో..
దేవుడికే తెలియాలి!

తన నెత్తికి గొడుగు పట్టుకున్నవాడు
నేల నెత్తిని గొరిగేస్తున్నాడనే
ఎండకు కోపం!

పిల్లలు కదా..
ఎండలో ఆడుకుంటున్నారు
కాదు కాదు
ఎండతోనే ఆడుకుంటున్నారు!!

వేసవి వెళ్తూ వెళ్తూ
సూర్యుడ్నే కాదు
సెలవులనీ
తీసుకుపోయింది !!

ఏమౌతావంటే...!

ఏమౌతావురా...? అంటే
ఏం చెప్పను ?
నుదుటి మీద అర్థం కాని గీతలు
కళ్ళముందు పెట్టుకున్న చేతిలో
కదలికలు లేని గీతలు

రాతని రాతలా కాకుండా
గీతలా గీసిన వాడినడగండి నేనేమౌతానో !

ఏమో....
ఎప్పుడు ఏమైపోతామో కదా !

ఈలోపే నేను ....
నిలబడిన చోటే చెట్టునైపోవాలి
నడుస్తున్న చోటే నదినైపోవాలి
నమ్మకమున్న చోటే నీడనై పోవాలి

జన్మించిన చోటే జ్ఞాపకమై పోవాలి

మరణించిన చోటే మనిషినై పోవాలి!
మరణించిన చోటే మనిషినై పోవాలి!!

శాంతి

నువ్వు నీ ఇంట్లో..
లేగవో ఆవువో...
కావచ్చు
అడవిలో
వదిలివేయ బడ్డప్పుడు మాత్రం
సింహమవ్వాలి!

నువ్వు బాల్యం నుంచి
మంచోడివి సుకుమారుడివి
కావచ్చు
సమాజంతో
ఆటకు సిద్ధమైనప్పుడే
వాటిని మరిచి పోవాలి!

ఎవడి కోసమో
బతికే విద్య కాదు
ఎవడినైనా
ఎదిరించి బతికే
విద్య నేర్వాలి!

నీ చుట్టూ ఉన్న
రాక్షసులకు
మనిషిలా కనిపించావా అంతే!
నిద్రపోతున్నప్పుడు కూడా
నువ్వు గాండ్రిస్తున్న పులిలాగే
కనపడాలి!

నాన్న ఎందుకో వెనకబడ్డాడు

నీ మీద యుద్ధానికి
ఎవడెవడో
వస్తుంటాడు
వాడు నీకు తెలియాల్సిన అవసరం లేదు
కత్తి తిప్పడం మాత్రం అప్పటికే
నీకు తెలిసి ఉండాలి!!

నువ్వు శాంతి శాంతి
అంటున్నంత కాలం
దేశం ఆక్రమించబడుతూనే
ఉంటుంది!!

వారి హృదయం
శాంతిని ఒప్పుకోనప్పుడు

వారి సమాధుల మీద
పూలు చల్లైనా...
ఒప్పించాలి!!

ఒక సంభాషణ

ఈమధ్య ఏమీ రాయడంలేదెందుకు?
చీకటిలో నక్షత్రాలు మెరవడంలేదని

కవిత్వం కాస్త పల్చబడినట్టుంది?
గుక్కెడు చిక్కని కన్నీళ్ళు ఎక్కడా దొరక్క

ఎక్కడ ఉంటున్నావిప్పుడు?
అడవిలో...

ఏం చేస్తున్నావక్కడ?
కూలుతున్న చెట్లను లెక్క పెడుతున్నాను

మరి తిండి?
క్రూరమృగాలు వదిలేయగా మిగిలిన ఆహారం

తోడుగా ఎవరైనా?
నింగి కాస్త నేల

మరి నీడ?
నా ఆత్మ

నిద్ర పడుతుందా అసలు?
లేదు

తిరిగి రాకూడదూ?
తిరిగితే వచ్చే అనుభవం చాలు

నాన్న ఎందుకో వెనకబడ్డాడు

భయం వేయడంలేదా ఒక్కడికీ?
ఒక్కడిగా ఉన్నంతకాలం ఏ భయమూ లేదు

ఎలా ముందుకెళతావ్?
కవిత్వం కాగడా వెలుగులో...

సరే మరెక్కడకలుద్దాం?
చీకటి పడుతున్న చోట!

ప్రకాశ్ నాయుడు పనసకర్ల

English Rendition

Shri N.R.Tapaswy ,
Bibliophile
Tenali, A.P.

DAD HAS FALLEN BACK
I DON'T KNOW WHY

If Mom did carry us in her womb for nine months,
Dad held us for five and twenty years!
However hard he strived for the sake of family,
Dad had miserably fallen back to earn recognition for himself!
Both of them are verily equal
But Dad had fallen back, I don't know why!
★★★
Mom toils at domestic front bereft of any salary!
Dad spends all his earnings for home!
The labour of both of them is equal
But compared with Mom,
Dad had fallen back, I don't know why!
★★★

నాన్న ఎందుకో వెనకబడ్డాడు

Mom prepares whatever dish we desire

Dad purchases whichever thing we aspire

The love of both is normally equal

But before the fame of mom

Dad had fallen throughly backward I don't know why!

★★★

Even in the Cellphone,

Mom alone figures prominently!

Even when pain strikes, we cry out

'Oh! Mom!'

Had Dad ever felt offended for not remembering him
ever, but at the time of need?

Oh! no!

Both of them are equal

But in acquiring the affection of their progeny

since generations together,

Dad had vehemently fallen backward, I don't know
why!

★★★

For Mom and for us, there are multihued sarees and
dresses filling some Almyrahs!

But for Dad's apparels, four hangers are more than
enough!

Learning never to care for himself,

Dad had fallen so very backward

that we too stopped caring for him anymore!

★★★

కస్తూరి విజయం | 112

Mom owns simply a sizeable golden jewelry!

But Dad possesses only his single silk garment of gold coloured selvage!

However hard he strived for the sake of family,

Dad had miserably fallen back to earn a recognition for himself!

★★★

Dad always remembers the matter of payment of his children's school fees!

Mom prefers not to buy a new sari for a festival!

When there's the choice pudding at home

and the siblings relish and finish the whole stuff,

Dad considers his dinner with crumbs of dry morsels and simple pickle!

Though each one's love weighs the same,

Dad had fallen awkwardly backward behind our Mom!

★★★

Even when we sat down to resolve things,

even right with her growing years

Mom might be useful to attend the household drudgery, we decide!

But Dad would just be fit for nothing!

Twas only Dad

That has fallen back!

Being so selfless a creature,
And yet falling back!

***

There's only one reason for it!
His standing stature straight behind as Backbone for all of us in the Family!

KASTURI VIJAYAM

 00-91 95150 54998
KASTURIVIJAYAM@GMAIL.COM

SUPPORTS

- PUBLISH YOUR BOOK AS YOUR OWN PUBLISHER.

- PAPERBACK & E-BOOK SELF-PUBLISHING

- SUPPORT PRINT ON-DEMAND.

- YOUR PRINTED BOOKS AVAILABLE AROUND THE WORLD.

- EASY TO MANAGE YOUR BOOK'S LOGISTICS AND TRACK YOUR REPORTING.

www.ingramcontent.com/pod-product-compliance
Lightning Source LLC
LaVergne TN
LVHW031622210825
819277LV00043B/764
9788196611606